Vyamoham

Krotta Bhavaiah Choudary

విషయ సూచిక

పీఠిక

నేనిదివరలో గొన్ని పద్య గద్య గ్రంథములను వ్రాసి ప్రకటించి యుంటిని. గాని నవలా రచనమున కిదియే నా ప్రథమ యత్నము. అందుచే నీగ్రంథరచనము పాఠకుల కెట్లుండునో వారే నిశ్చయింపవలసియున్నది.

అపరాధపరిశోధకాది నవలలు చదువుటకు వినోదముగ నుండినను సంఘమున కివి చేయదగినంత పనిని చేయజాలవని నేను మొదటి నుండియు నమ్మువాడను. నారీ ప్రేమముచే నింపివైచిన గొన్ని నవలల స్థితియుగూడ నట్లే యగును. అందుచేతనే రాను రాను దేశమునందు నవలలు హెచ్చినకొలదిని వానిపై నాదరణముగూడ హెచ్చుటకు బదులు తగ్గిపోవుచున్నట్లు మనకు దోచుచున్నది. ఇట్టి యుద్దేశ్యమును మనసునందుకొనియే మున్ను నేనొక సాంఘిక నవలా రాజము నారంభించి యొక ప్రకాశకుని కిచ్చితిని. గాని యది 'పరహస్తంగతంగతః' యను వాక్యమును రూఢిపఱచెను. పిమ్మట నీ సాంఘిక నవలను నేనే కల్పించి వ్రాయబూనికొంటిని. మన సంఘములలో గన్పడు దురాచారముల నెన్నిటినో నచ్చటచ్చట జూపితిని గాని యివి యెవ్వరిమీదను గాని యుద్దేశించి వ్రాయబడలేదు. కేవల కల్పనా గ్రంథమగు దీనియందుగల పాత్రలెవ్వరిని దూషించుటకు గాని, భూషించుటకుగాని కల్పింపబడలేదని తెలుపుకొనుచున్నాను. సాధారణముగా జనులు వివిధ వ్యామోహములకు జిక్కుకొని చెడుచుందురు. అందుచే నీగ్రంథమునకు ప్రధాన పాత్రలగు రాగలతికా భరతుల పేళ్ళు పెట్టవలసియున్నను దీనికి నేను 'వ్యామోహ' మనియే నామకరణము గావించితిని. ఈపేరన్ని పాత్రలకును వర్తించి యుండుటచే నట్లు గావించుట సమంజసముగ తలంచితిని. ఈగ్రంథ ప్రకాశకులకు నా కృతజ్ఞతా సూచక వందనము లర్పించుచున్నాడను.

ఇట్లు

సంగం జాగర్లమూడి
10-7-36

కొత్త. భావయ్య
గ్రంథకర్త.

ఓం

శ్రీరస్తు.

వ్యామోహము

మొదటి ప్రకరణము.

విలాసము

సుశీల గదిలో చదువుకొనుచుండెను. ఆమె చదువుచున్నది హరిశ్చంద్ర చరిత్రము చంద్రమతీ లోహితాస్యులను వారణాశీ క్షేత్రమున హరిశ్చంద్రుడు విక్రయించుభాగము నామె ముందు విలోకింపవలసియుండెను గాని యొకటిరెండు పద్దెములు చూచువరకే యామె ముందు కనులు జాలకపోయెను. స్త్రీజన సహజ దయారసమే దీనికి గారణమైయుండవచ్చును. అంతటితో నామె తనగ్రంథము నొకమూల బడవైచి శయ్యపై బవ్వళింపనెంచెను గాని యూహాపరంపర లామె మనస్సును కలంచివైచుటచే నిద్రపట్టదయ్యెను. అందు నది పగటిపూట. ఒంటిగంటకాలము! సాధారణముగా మనగృహములలో ప్రొద్దున పనిపాటలైసంతనే మధ్యాహ్నమున గార్యములేమియు లేమిచే జనులు నిద్రింతురు. ఇతరదేశములలో నట్లుగాక దినమెల్లను గష్టించుచుందురు. అచ్చట నానావిధ పరిశ్రమ స్థానములుండుటయే దీనికి ముఖ్యహేతువు. అందువలననే ఆదేశస్థులు క్రమముగా ధనవంతులగుటయు, మనవారు నిర్ధనులై నిరంతర దారిద్ర్యముతో కులదూగుటయు జరుగుచున్నది.

పాపము సుశీల విషయముమాత్ర మిట్టిదిగాదు. తెల్లవారకమున్నే లేచి పాచిపనులన్నియు నిర్వర్తించుకొని, స్నానముజేసి, వంటజేసినది

భర్త పొలమునకుఁ బోవునని పెందలకడనే వంటపూర్తిజేసి యాయన కింతపెట్టి, తానింతదిని పిమ్మట నాయన పొలమునకుం బోవఁగనే యింటితలుపుగడియవైచుకొని తన శయనగృహమున బరుండి గ్రంథకాలక్షేపము జేయుచుండెను. సుశీల పెద్దవిద్యావంతురాలు కాదు. భారత భాగవతాదులను జదివి యర్థము దెలుసుకొనగల సమర్థత లేదుగాని వచనగ్రంథములు, నాటకములు, కథలపుస్తకములు మున్నగునవి చదివి బోధపఱచుకొనఁగలదు. అందుచే నామె పురాతన చరిత్రములన్నియు నిత్యము గొంతసేపు ఉబుసుపోకకై పఠించుచుండును. అందలి ధర్మములన్నియు దాను దప్పకుండ నాచరింపవలయునని తలంచుచుండును.

సుశీల ప్రకాశముగారి భార్య. ఆయన గొప్పరైతు. విశేషపాండిత్యము గలవాఁడు కాకున్నను, ప్రకాశముగారు సుశీలకన్న మేధావంతుఁడే. కాని యాతఁడు సుశీలకన్న శాంతమనస్కుఁడు కాదు. కొంచెము కోపిష్ఠి. ముక్కోపియగుటచే నాతఁడు దేనికైనను సుశీలను కోపించినను నయ్యది వాగాడంబరముతో సరిపోవును. ప్రకాశము సుశీలను చక్కఁగా ప్రేమించెను. వారిద్దఱు సాయంకాలమైనంతనే యింటి ముంగ ధ్యానమువంటి కాళీస్థలమున గూర్చుండి లోకాభిరామాయణములం జెప్పుకొనుచు కాలక్షేపము జేయువారు వారిద్దఱివిషయముననైన నభిప్రాయభేదము గల్గినపుడెల్ల నిర్ధాక్ష్యముతో జర్చించుచు వాదప్రతివాదములు సల్పువారు. ఒక్కొకసారి సుశీల జెప్పినదే న్యాయమగుటయు, మఱొక్కొకసారి ప్రకాశమువాదమే నెగ్గుటయు జరిగెడివి. కాని ప్రకాశము ముక్కోపియగుటచే సుశీలవాదము నెగ్గినపు డోర్పు లేక యేదో యొక నెపమున నామె నావలికి బంపివైచి తనవాదలోపమునకు లోలోన బశ్చాత్తాపము జెందువాఁడు. కాని యందువలన ను లపై మాత్రమెప్పుడు నాగ్రహము జూపఁబోఁడు. అందుచే వారి

వాదములు నిత్యము సామాన్యములై పోయెను. క్రొత్తగా జూచువారి కవి నిజముగా గయ్యాములనియే తోచునుగాని యవి దుర్వాదములేయని పల్కినచో సరిపోవును. ఇంతకు వినా, నాదంపతులలో నేగొరుపునులేక కలసిమెలసి యే యుండిరని చెప్పవచ్చును.

ప్రకాశముగారికి నాలుగు పుచ్చెళ్ళ భూమిగలదు. అది యాతఁడు పాలేరులచే వ్యవసాయము జేయించును. స్వయముగా నాతఁడు దున్ని వ్యవసాయము జేయకున్నను గొన్నాళ్ళయినను తండ్రి 'హయాము' లో జేసినవాడే యగుటచే నాతనికన్నిపనులు దెలియును. అందుచే పాలేరు లెక్లేయేపొలములలో పనిచేయవలసినదియు నిర్ణయించుచు దినమున కొకటి రెండుమార్లు పొలమునకేగి పరిశీలించి వచ్చుచుండును.

ప్రకాశమానాడు పొలములో కూలీలు కలుపుదీయుచుండఁగా కొంతసేపుండి మరల నేమిబుద్ధిగల్గెనో గాని వెంటనే యింటికరుగు దెంచెను. సుశీల యాతని రాక నెఱిఁగి యాతఁడు వెలుగెత్తి తలుపు దీయుమని పిలుచుటతోడనే యులికిపడి లేచివచ్చి వాకిలదీసెను అప్పు డాతఁడు నవ్వుచు 'ఇంతనిద్దురయా? ఇట్లులైనచో నెప్పుడో యొక ప్పుడు మన యిల్లు గుల్లగావలసినదే యనుచు లోనికేగెను సుశీలయు మరల తలుపు గడియవైచుకొని లోపలికేఁగి 'అప్పుడే వచ్చితిరేమి? సాయంకాలము వరకు కూలీలు పనిజేతురు గనుక నచ్చటనే యుండెదనని మీరుచెప్పి వెళ్ళితిరే? ' యని ప్రకాశమును బ్రశ్నించెను. తన కెదురు ప్రశ్నించి సంములకే ముక్కోపముం దెచ్చుకొని యాతడా సుశీలనుజూచి "అదియంతయు నీకెందుకు? నాయిష్టము. అని పల్కెను. గానిని గాంచి సుశీలయు నిప్పుడే యెండలోనుండి వచ్చినవారి నింకను పల్కరించినచో నేమివచ్చునో యను భయమున మౌనముద్ర వహించెను.

ప్రకాశము కొంతసేపటికి లోని తాప మడంచుకొని బడలిక దీర్చుకొని 'సుశీలా! బెజవాడలో నీదినము హరిశ్చంద్రనాటకమాడెదరట పాత్రధారులు సుప్రసిద్ధులగుటచే నది చాల బాగుగా నుండునట. దానిని నేను జూడబోయెదను. అమ్మాయి యేదీ? యిల్లువాకిలిభద్రముగా గాపాడుదువా? లేక యెప్పుడునిదురపెద్దమ్మనే జేరియుందువా' యని ప్రశ్నించెను. సుశీల యీమాటలు విని తా నదివరకే చదువుచున్న హరిశ్చంద్ర చరిత్రము జ్ఞప్తికిరాగ నుత్సాహ పరవశయై 'అమ్మాయి నిదురించుచున్నది. నాకుకూడ నీనాటకమును జూపింపరా?' యనెను. ప్రకాశమునకు మరల కోపమువచ్చి 'అదిగో తిరిగి మొదలు పెట్టినావు. నీకుగూడ నాటకము జూపింపవలయునుగా? ఇక నేమేలు? మీ రే మగవాండ్రు కావచ్చులే? ఇట్టి విపరీత భాషణము లెప్పుడు నాడకుము నిన్ను జూచి అమ్మాయిగూడ నేర్చుకొనును.' అని పలికెను. సుశీలయు 'అంతకోప మెందులకండి? మీమనసెరుగని దాననా? అయిననేమందురో చూతమని యడిగినంతనే యంత యాగ్రహపడనా? ఏమి? మేముమాత్ర మంత తీసివేసినవారమా? నాతండ్రి పుణ్యమాయని నాకింతచదువు వచ్చినదిలెండు. అదినాకు చాలును ' అని శాంతముగా ననెను. 'సరిలే? నీసోది నిత్యమున్నదియే గాని పెట్టెలోనున్న నాలుగు రూపాయలు తీసుకొనిరా నేను మూడుగంటలబండికే వెళ్ళి ముందుగా టిక్కెట్టును తీసుకొనినగాని లేనిచో స్థలముదొరుకదు. నాకేమైన తినుటకున్నదా?' యని ప్రకాశమనెను.

సుశీల తానదివరకే చేసి యుంచిన పకోడీల నాయనకు ఫలహారముగా నొసంగి, పెట్టె దీసి రూపాయలు దెచ్చెను. ఇంతలో ప్రకాశము తన చొక్కాయిని, కోటును ధరించుకొని, గొడుగొకటి చేతం బట్టుకొని సుశీలకు భద్రములుచెప్పి బయలుదేరి పోయెను. సుశీలయు యొంటరి భయముచే నాటిరాత్రి తన యింటియందే పరుండుమని పనిచేయు దాసికి జెప్పి యట్లే యారాత్రి ముగించెను.

ఉండవల్లి యంత చిన్నగ్రామముగాదు. పెద్దగ్రామమని గూడ చెప్పుటకు వీలులేదు. కాని యిది చరిత్ర ప్రసిద్ధమైనది. ఇచట నొక కొండగలదు. దీనిలో ననేక గుహాలున్నవి. ఈగుహాల యందజంతా యెల్లోరా గుహాలయందు వలె ననేక శిల్పచిత్రములు లిఖింపబడి యున్నవి. కాని వానిలో వలె నిందున్న శిల్పములు బుద్ధశిల్పములవలె గాన్పించుటలేదు. ఈగుహాలయంతస్థాలలో నొకదానియం దనంతశయనుని దేవాలయము గలదు. ఈయాలయ మీకథాకాలమునాటికి పాడు వడిపోయినను, పూర్వమిది మహోన్నతపదవిలోనుండి యఖండోత్సవములతో నెల్లపుడు నిండియుండెడిదని వదంతి. వెంకటాద్రిప్రభువు కాలము వరకుగూడ నట్లు జరుగుచుండెననియు, నాప్రభుత్వము క్షీణించుటతో నయ్యుత్సవములుగూడ క్రమముగా క్షీణించెననియు విందుము. ఈ యాలయము పాడువడినను, భక్తులప్పటివరకు వచ్చి యాస్వామిని సేవించియే పోవుచుందురు. పండుగ పబ్బములలో నుండవల్లి గ్రామస్థులు తప్పక నాదేవుని దర్శించుచుందురు. ఈగుహాలయము చుట్టునున్న స్తంభముల శ్రేణులలో నన్నింటిపైనను, వివిధములగు విగ్రహములు చెక్కబడి యున్నవి. అవి యన్నియు పురాణప్రసిద్ధములగు కథలతో సంబంధించియున్నవి. అనంతశయనుని పాదముల వైపున జయవిజయుల ప్రతిమలును, మొదటిస్తంభముపై వృషభాసుర మర్దనకథయు, రెండవదానియందు గోవర్ధనోద్ధారణ వృత్తాంతము నతిచమత్కారముగా జెక్కబడియున్నవి. ఈకడపటిదానిలోనున్న యొక లేగవిగ్రహ మొక్కటి ముద్దు [illegible]నాటగట్టునట్లుగా నేటికిని గాన్పించుచున్నది. తలక్రిందుగానుంచి చరణము లాకసమునకు మరల్చి యుగ్రతపస్సమాధి నుండుండిన యొక తాపసోత్తముని విగ్రహముగూడ నిందు చెక్కబడియున్నది. ఇంకను దంతావళారూఢుండగు నొకభూపాలుని చిత్రమును పరిచారికాగణపరివృతయగు నొక పట్టపుదేవి శిల్పమును, శంఖచక్రగదాధరుడగు విష్ణు

దేవునివిగ్రహము, వామనావతారము, అశోకతరుచ్ఛాయను హనుమం
తునితో మాటలాడుచున్న సీతాదేవిచిత్రము, ఆంజనేయుఁడు మహా
భక్తిపరుఁడై శివుని కభిషేక మొనర్చుచున్నట్లు గన్పడు ప్రతిమలు ఇట్టి
వెన్నియో నిండియున్నస్తంభముల శ్రేణులపై గలవు. ద్వారమునకు కుడి
వైపున నారసింహావతారము చిత్రింపఁబడియున్నది. ఆనరసింహాకృతి
మిక్కిలి భీకరమై, వదనగాంభీర్యమును, హిరణ్యాక్షుని దైన్యముఖమును
గన్పరచుచు మనపూర్వీకుల శిల్పకళానైపుణ్యమునకు నిదర్శనముగా
నున్నది. ఇట్టిపౌరాణిక కథ లెన్నియో చిత్రించి, తన్మూలమున నెట్టిపామ
రులనైనను, భగవద్భక్తి సంపన్నులుగా జేయుటకై యెందఱో నృపా
లురు, ఋష్యాదులు, ఆస్తికులు, ధనవంతులు, భక్తిపరులు తమద్రవ్య
మును వెచ్చించి చిరయశస్సును బొందిరి. వారి కల్పనాసామర్థ్యము
ననో, వారి నిష్కాపట్యహృదయశీలముననో లేక భగవంతుని మహి
మాతిశయముననో యనేక పామరు లీగుహాలయమందుఁగల దేవత
లలో దమకిచ్చవచ్చిన కులదేవతలఁగొల్చి యీప్సితముల నందుకొని
తరించుచుండెడివారు. కాని యీకాలములో వానివంక జూచువారు
లేక నవి పాడుపడిపోవుచున్నవి.

ప్రకాశమటు బయలుదేరి యీకొండప్రక్కగా నడుచుచుండెను.
దానిని గాంచినంతనే యందున్న దేవతలను దలంచుకొని యాతఁడొక
నమస్కారము జేసెను. భగవచ్చింతనమే పురుషార్థమని తలంచెడి యీ
హిందూదేశమున నిది ప్రాచీనాచారము. ఈకొండకుదాపునే రైలుమా
ర్గముపోయినను, రైలుబండ్లచ్చట నాగవు. రెండుమూడు ఫర్లాంగుల
దూరములోనున్న కృష్ణాకెనాలుననే యవి యాగును. అందుచే ప్రకాశ
మచ్చటికే పోవుచుండెను. ఆతనికి ప్రక్కనే కృష్ణాతరంగిణి కనుచూపు
మేరలో ప్రవహించుచుండెను. ఆతరంగధ్వనులు వీనులకింపుగానుండి
ప్రకృతిదేవత పాడెడి గీతములా యనునట్లుండెను ఆవీచివచ్చికమ్మపై

తెమ్మెరల కలహానందించుచు నడచుచుండెను. ఆకృష్ణాస్రవంతి కావల యొడ్డుననే బెజవాడ పట్టణమున్నది. ఆపట్టణ మింద్రకీలాద్రి పర్వతము ప్రక్కను దానిపైన గుహను నిర్మింపఁబడియున్నది. వుండవల్లిపర్వతము దాపులో సీతానగరము కొండలు గలవు. ఆకొండలును, యింద్రకీలాద్రి పర్వతమును పూర్వమొక్కటిగనే యుండవచ్చుననియు, ననేకవర్షముల నుండి పారుచున్న యీజీవన నదీప్రవాహము త్రొలిచికొని తాళఁజాలక క్రమముగా రాపడి రెండుగా నయ్యెననియు నచ్చట దృశ్యమునుజూచి నవారు సులువ్వూహింప గలరు పూర్వమీయింద్ర లాద్రి పర్వతముపై నర్జునుఁడు తపస్సుగావించెనని ప్రతీతి. ఇప్పుడా రెండుకొండలపైనను దొరతనమువారు తంతితీగెలను నిరాధారముగా స్థాపించియున్నారు. రమారమి రెండుమైళ్ళదూర మువరకు మధ్య నేస్తంభములులేక తీగెలు స్థాపించుట యసామాన్యకార్యముగాదు. కృష్ణాస్రవంతి కిచ్చటనొక్క యొక యానకట్టు గలదు. దాని సాయముచే ననేకవేల యకరములు కృష్ణా, గుంటూరు మండలములలో సాగుచేయబడుచున్నది. దీనికి కొలదిదూర ములోనే రైలుమార్గపు వంతెనగలదు. యయ్యది యినుపగరిడీలతో మిక్కిలి దృఢతరముగఁ నిర్మింపఁబడినది. ఇట్టివంతెనలు మనదేశమున మిక్కిలి కొలఁదిగనే యున్నవి. ఈయయోమార్గమునకు పైగా జనులు రాకపోకల నొనర్చుటకు వీలగును. రైలు అధికారులచ్చట సుంకము వసూలుజేసి జనులను పోనిత్తురు. వృద్ధులు, బాలురు, స్త్రీలు మున్నగు వారు సాధారణముగా దాపుననేయున్న కృష్ణాకెనాలు స్టేషననబడు ధూమశకట కార్యాలయమునకే బోయి బండినెక్కి సులభముగా బెజ వాడ బోవుదురు.

ప్రకాశమింక నొక ఫర్లాంగుదూరముండఁగనే గంటవినబడియెను. అది టిక్కెట్లు నిచ్చుటకై కొట్టఁబడినది. కాని ప్రకాశముకడ గడియారము లేమిచే నది బండివచ్చునపుడు కొట్టెడుగంట యని తలంచెను.

అంటుచేఁ నాతఁడు వడి వడిగా బరుగెత్తి టిక్కెట్లగదివద్దకుఁ జేరుకొ నెను. తరువాత నాతఁడు టిక్కెట్టును దీసుకొని బెజవాడ జేరెను. నాటకశాలవద్ద ప్రకాశమొక పెద్దమనుష్యునిఁజూచి "అందరు క్షేమమా? ఏమిపనిమీఁద దయచేసితిరి?" అని ప్రశ్నించెను. అతఁడు కొంచెము సిగ్గుపడి "అందరు క్షేమముగనే యున్నాము. ఏమిపనియున్నది నాయనా; ఏమియులేదు. ఈపిల్లవాఁ డొక్కఁడే యీనాటకము జూచివత్తునని పోరుపెట్టినాడు. వాని నొక్కనినే యీపట్టణమునకు బంపుట కిష్టము లేక నేను గూడ తోడు వచ్చితిని." అనెను. ప్రకాశ మంతట 'సరే! అట్లయినచో, నేను నందులకే వచ్చితిని. లోనికి పోవుదమురండి. టిక్కెట్టుకొన్నారుగదా' యనెను. "అవునని చెప్పుచు నాపెద్దమనుష్యుఁడు ప్రకాశముతో గూడ లోనికి జనెను.

నాటక మారంభింపఁబడెను. నటకులు మిక్కిలి చురుకుగా దమకార్యముల నిర్వహించుచుండిరి. ప్రేక్షకులు సావధాన మనస్కులై తమచెవుల నిగిడ్చి వినుచుండిరి. నాటకము రక్తిగనే యుండెను. కొంత సేపటి కందులో లోహితాస్యుని పాత్రవచ్చెను. అతఁడు చిన్నబాలుఁడయ్యును మిక్కిలి యౌచిత్యముగా బ్రదర్శన మొనర్చెను. ముని ఋణమున్నని కై తన్నమ్ముమని చంద్రమతి హరిశ్చంద్రునితో బల్కుచున్నపుడాతఁడు తన్నమ్ముమని తండ్రితో గరుణరసంబుట్టిపడునట్లు చెప్పు పల్కులును, పిమ్మట నాతఁడు సర్పదష్టుఁడైన పిమ్మట బాలకులతో నాడిన పల్కులును నులిమి వారిహృదయముల భేదింప జాలియుండెను. ఆబాలుని దురవస్థకై చింతింపని వారచ్చటలేరు. చంద్రమతీ పాత్రయు నట్లే ప్రేక్షకుల హృదయముల నాకర్షించెను. ఇక హరిశ్చంద్రుని ధైర్య స్థైర్యములు, ఎంతటి కష్టసమయమునందైన నాతఁడు సత్యము వీడక పట్టుకొనుటను గొన్నవారెట్టి కుటిల ప్రవర్తకులుగాని తమ వర్తనమును దిద్దుకొన జాలినట్లుండెను. ఇట్టియుత్తమ దృశ్యము

గాంచుట వల్లనే యెంతటి కఠినహృదయుల మనస్సుగూడ నొకానొకపుడు కరగి నీరయి దయారసమ్మున వెదజల్లుట కవకాశ మేర్పడును. నాటకము ముగియుచున్నది. హరిశ్చంద్రుఁడు మరల తొల్లిటియట్ల రాజ్యాభిషిక్తుఁడై పత్నీసుత సమేతుఁడై సింహాసన మలంక రించెను. అప్పటివరకు ఖేదమానసులైన ప్రేక్షకుల మనంబు లన్నియు నొక్కమారుగా బయానొక్కపులోవలె యానంద దాయకము లయ్యెను.

మంగళ హారతియై నంతనే ప్రకాశము లేచి యాపెద్దమనుష్యుని బాలు నొక్కసారి కన్నురెప్పవాల్పకఁ జూచి, లోహితాస్య వేషధారియగు బాలునిగూడ గనుగొనెను. అతఁడేమనుకొనెనో గాని యాతని హృదయము మాత్రమాలోచనా పూర్ణమయ్యెను. కొంతసేపటి కది యథాస్థితికి వచ్చిన పెమ్మట బయటికి వచ్చెను. ప్రకాశ మంతట నాపెద్ద మనుష్యుని జూచి ‘ నాటకమెట్లున్నదండి. ’ అని ప్రశ్నించెను. ఆప్రశ్న నాలకించి యాతఁడు తన సహజ నిష్కాపట్య హృదయముతో ‘వీఁడు పోరుపెట్టిన నే నేమో యనుకొంటినిగాని, నిజముగా నియ్యది చూడఁదగినదియే సుమండి ఆ హరిశ్చంద్రునికుటుంబ మంతయు జూపిన ధైర్యస్థైర్యములు, వారి సత్ప్రవర్తనము మన కాదర్శ ప్రాయములై యాజన్మాంతము కన్నుల గట్టినట్లుండుటకు సందియమా? ఇట్టివి బాలు రపుడపుడు తిలకించుచున్నచో వారి చిత్తప్రవృత్తియు సన్మార్గముననే సంచరించుచుండెనని నాకుదోచుచున్నది. ’ అనిపల్కెను. ప్రకాశమీ మాటలకు దనసమ్మతి జెప్పెను. ప్రకాశమిఁక వారిని విడచిపోవు సమయము సమీపించెను. ‘ అన్నయ్యగారూ! ఒక్కసారి మాగ్రామము వచ్చి చూచి పోగూడదా? అచ్చట యనంత శయనుని సేవించి పోవచ్చును. మఱియు మాకొండ గుహాలలో గల యనేక చిత్రము లన్నియు పరికింపవచ్చును. అని ప్రకాశము పలికెను,

‘ప్రకాశముగారూ! క్షమింపుడు. దానికేమి? ఎప్పుడైనను రాగలను. ఇప్పు డవ్యవధిగా నింటికడ బయలుదేరి వచ్చితిని. గాన వెంటనే మరల పోవలెను. మీకొండ గుహాలలో విచిత్రముల వృత్తాంతములు పూర్వులవలన వినుటయే గాని చూచినది లేదు. నిజమే మరొకసారి వచ్చినపుడు తప్పక వచ్చెదనులే” అని యాపెద్ద మనుష్యుడు నుడివెను.

ప్రకాశ మంతట ‘అబ్బాయిని గూడ వెంటబెట్టుకొని యొకసారి తప్పక దయచేయవలెను.’ అని పల్కుచు వారివద్ద సెలవు దీసికొనెను. తరువాత వారల సమావేశము జరుగలేదు. ప్రకాశము గ్రామాభిముఖుడై రైలువద్దకేగి ధూమశకట మారోహించి యిల్లు జేరెను. ప్రకాశ మింటికివచ్చి తనభార్యా కుమారితల కచ్చట జరిగిన కథావిశేషము లన్నియు పూసగ్రుచ్చినట్లుగా వివరించెను. ఆకథ నంతయు నాలకించి సుశీల యెందువలననో యోకించుక యాలోచనా నిమగ్న యయ్యెను. ఆమె మొగము కొంచెము వెల వెల బారెను కాని యింతలో కుమారిత తన తల్లినిజేరి పల్కరించి నంతనే యాభావము మారిపోయి యొక్కసారిగా నామెను కౌగలించుకొని ముద్దాడ జొచ్చెను. ప్రకాశముగూడ తన పట్టిని దీసికొని కొంతసేపు ముద్దాడుచు నానంద పరవశుడై పోయెను. ఇట్లా దంపతులు నిజ ఛాయాలయగు శిశువులను మూర్ధాఘ్రాణ మొనరించుచు, బుజ్జగించుచు, దమ కాలమును హాయిగా గడపజొచ్చిరి.

ద్వితీయ ప్రకరణము.

ద్వి తీ య ప్ర క ర ణ ము.

(కమల వివాహము)

మనదేశములో సాధారణముగా స్త్రీలు వాంఛించునది సుందరముగు వస్త్రాభరణములు మాత్రమే యని నుడువ వచ్చును. వారికి సంసారమున నితర సంగతు లన్నియు పురుషులకు బట్టినట్లుగా పట్టవు. ఎక్కుడైన వివేక మెలకువగు యువతి సంసార చిక్కుల నన్నింటిని గ్రహించినను కూడ, వస్త్రాభరణములలో గల స్థితికి దృష్టి వహించియుండఁజాలదు. మానవ జీవితము లోనే తృష్ణ యధికముగ నున్నది. గృహభారము నంతను పురుషులే మనదేశములో వహించుట సామాన్యాచారమైనందున గాబోలు, వారి తృష్ణ పలువిధముల ప్రాకియుండక యింతగా వీనిపై మరలమగాని బాహ్య ప్రపంచము బొత్తుగా నెఱుంగక కూపస్థ మండూకములవలె నుంచఁబడిన మన నారీమణులు వీని యందే దమ తృష్ణ నంతటిని నిల్పి చీనిచీనాంబరముల మోజను, రత్నమయ స్వర్ణాలంకారములతోనైన నొక విధముగా సంతృప్తి నొందఁగల్గుదురు. ఇట్టిదానికి మనము వారిని కొనియాడక తీరదు. ఏలనన, వ్యావహారికములలో తగిన స్థానము నిచ్చి యుండఁగల సాధకబాధకముల నన్నింటిని సమగ్రముగా గ్రహించుట కవకాశము గల్గఁజేసినగాని స్త్రీల కన్నివిషయములలోను పరిచయమును వానిపై నాసక్తియు గలుగఁగఁ జాలదు. అట్లు కలిగినపుడే వారి తృష్ణ యన్నివిషయములలోను రమారమి సమానముగా ప్రాకుచుండును. ఇట్లు నవకాశము మనమీయనపుడు వారి తృప్తికి మనము సంతసింపక తీరదు. కమల దిన దిన ప్రవర్ధమానగా బెరుగుచుండెను. ఆబాలిక యుల్లారు ముద్దుగా బెరుగుచు తల్లిదండ్రుల కమితానందముం గూర్చుచుండెను. సుశీలయు స్త్రీజన సహజ శక్తితో నప్పుడప్పుడు భర్తతో

నమ్మాయికి కడియాలు చేయింపుమనియు, ఉంగరములు మురుగులు జేయింపుమనియు, కాసులు కంటెలు జేయింపుమనియు, జెప్పి యేటేటనామె కాభరణములు దిగవేయుచుండెను. ఆబాలిక వస్త్రాలంకారములు తయారు చేయించుటతోనే సుశీల సంతృప్తురాలగుచుండెను. కాని యాపిల్లను విద్యావతిగా జేయుటకై మాత్రమట్టి పట్టుదల లేకుండెను. పెరుకొక్కి పాఠశాలలో నాపిల్లను చదువ వేసిరి గాని దాని వలన ప్రయోజన మేమియు గల్గకుండెను. ఆపాఠశాల దొరతనము వారిది. అందున్న యుపాధ్యాయుడొక సామాన్యుడు ప్రతినెల కాయనకు రావలసిన జీతము సర్కారు వారినుండి యాతనికి వచ్చిన జాలును. పిల్లల చదువు సంబరములతో నాతనికి పనిలేదు. వచ్చిన వారికి వచ్చినంత వచ్చును. రానివారికి రాదు బడికి రానివారిని పరిశీలించుటయే లేదు. వచ్చి కూర్చుండిన తర్వాత పాఠములు చెప్పుటయు నంతే. ఉపాధ్యాయుడు డిల్లి కట్టియు పట్టనట్లుగా నేదో యొకవేళకు వచ్చి బడిలో గూరుచుండి కాపీలు వ్రాయుమనియో లెక్కలు వేయుమనియో యాజ్ఞాపించి పిమ్మట తానేదియో స్వంతపని జూచుకొనుచుండును. ఇట్టి వారినదరించుటకు బెదరించుటకు గ్రామస్థు లెవ్వరికి నధికారములేదు. ఈపాఠశాలలు తాలూకాబోర్డువారి పరిపాలనలోనున్నను, అందుల మెంబర్లు గాని, అధ్యక్షుడుగాని వానివిషయమై శ్రద్ధతీసుకొనరు. ఆడపిల్లలకు చదువువచ్చిననేమి, రాకున్ననేమి యను తర్కవితర్కములతో గాలక్షేపము సల్పుచు నెందఱోయుండ మనకేల నీమాత్రము కార్యమైననని పురజనులలో నెవ్వరికివారు పాఠశాలా స్థితిగతుల దెలిసికొనియు నేవిధమైనచర్యయు జరుపక మిన్నకుండిరి. విద్యాధికారు లప్పుడప్పుడా పాఠశాలను బరీక్షించుటకై వచ్చినను, అయ్యది నామమాత్రముగనే యుండెను. వారాయుపాధ్యాయుని యతిథి సత్కారములచే తృప్తులై

జదవెను. తరువాత బెజవాడ వెళ్ళి మిషిల్‌స్కూలునందు జేరెను. కొన్నాళ్ళచ్చట చదువుచుండఁగనే యాతఁడు చదువుట కిష్టములేనివాఁడయ్యెను. దీనికి ముఖ్యకారణ మాతనికి విద్యయందు చురుకుదనములేక, పాఠములు చక్కఁగా రాకపోవుటయు, బడిలో తోడిబాలుర మధ్య పాఠములు రానప్పుడెల్లను పంతులు దండించుటయు, నట్టిదియందఱిలోను తనకు చిన్నతనముగా నుండుటయు ననునవి. ఇవిగాక యింకను కొన్నిగలవు బెజవాడపట్టణమని పేరేగాని విద్యార్థులకు వసతులు చాల తక్కువ. వసతిగృహము లాతఁడు చదువుకాలములో లేవు. అందుచే నాతఁడు మూఁరుమూలలగల పూటకూళ్ళ యింట్లకడ భుజింపవలసియుండెను. ఆభోజనశాలలు మిక్కిలి యనారోగ్యకరములుగా నుండెను.

వ్యాపారములోని మంచిచెబ్బరలు మన దేశస్థులకు బాగుగా తెలియవు. దీనికి హేతువు మనము వ్యవసాయమే ముఖ్యవృత్తిగానుంచుకొనియుండి యితరకార్యములపట్ల విముఖత జూపుటయే యని పలుకనగును. దీనికితోడు దరిద్రనారాయణునికి వాసస్థానమైన మనదేశములో నేపట్టణమునకైనను వ్యాపారమున శతకోటిదరిద్రములకు, అనంతకోటియుపాయములు సాధింతురు కాని యింకొక్కటియైన నమ్మకమైనట్టియు, స్వల్పలాభము గోరునదియు నాలోచించి యారంభింపరు. విశాలహృదయ మనునది లేనేలేదు. పల్లెటూరు గొల్లదియమ్మపాలు, నేయి, పెరుగు మొదలు వర్తకులమ్ము అన్నివస్తువుల సరకును ధరల మాట అటుండనిచ్చి సరుకు దగాచేయుదురు. ఏదేశమునుండియో వచ్చు పాలడబ్బాలు, బిస్కత్తులు, వెన్న మున్నగునవి యెంతనమ్మకముగనున్నవో చూచుచుగూడ మనదేశస్థులు వ్యాపారనమ్మకము, దాని లాభములు తెలుసుకొనజాలకున్నారు.

రాజశేఖరము భుజించు భోజనశాల యొక వైశ్యునికి జెందినది. వాని పూర్వస్థానమేదియో యొక పల్లెటూరు. అచట భుక్తి గడువక పో

యివందున నాతఁడీపట్టణమునకు కొలదికాలముక్రిందటనే వచ్చి యీ శాలను నిర్మించెను. కోర్టులకు వచ్చువారును, సరకులనిమిత్తమువచ్చు వారును కలసి చుట్టుప్రక్కల గ్రామములనుండి బెజవాడ కిశేషజనము నిత్యము జేరుదురు. వారందరిట్టిచోట్లనే బసజేయుదురు. వారి మొగము లజూచి వైశ్యుఁడు బజారునకేగి మఱబియ్యముతెచ్చి వెంటనే వంట జేయును. ఆబియ్యము నెప్పుడు బాగుచేయించుటయేలేదు. ఇఁక బజారులో నేకూరచౌకగానుండునో దానినాతఁ డాదినము దెచ్చును. సాధారణముగా మంచికూరలెప్పుడు విలువగలవిగానేయుండును. గనుక వాని జోలికీతఁడు పోనేపోఁడు. పప్పు నామమాత్రముగానుండి చారును మరపించుచుండును. కూరలలోవేయు తిరుగబోతలో కంపునూనె కొంచెము వేయును. మంచినేయి యాపట్టణముననే దొరకదు. దొరికినను, ధనవంతులకే యదిచాల జాలక యుండును. అందుచేతనే నూనెయో క్రొవ్వో మఱొక్కటో కలిసిననేయినే యాత డమృతమువలె వాడుచుండును. పల్లెలనుండి తెచ్చిన గొల్లచల్లనుకొని యాతఁడు మజ్జిగక్రింద నుపయోగించును. ఈతఁడు తక్కినవారందఱికన్న పూటకొక యర్ధణా తక్కువకు బెట్టుచుండుటచే దానికాశపడి పొరుగూరువారు చాలమంది యిచ్చటకే జేరుదురు. భోజనమైనతరువాత నాతనిదూషింపనివారరుదు. అట్టివారితో నాతఁడు "అయ్యా! ఈదినమేదియో పొరపాటున కూరలుబాగుండలేదుగాని రాత్రికి ఉండిచూడండి! మా 'హోటల'న్నిటికన్న బాగుగా నుండనిదే యింతజనమువత్తురా? నెలలుకొలదివిద్యార్థులు గూడ యిచ్చట భుజించుచున్నారు. "అని యేవోప్రగల్భములు పల్కి వారిని మాటలతో దృప్తిపఱచిపంపును.

పల్లెటూరిలో చక్కగా కమ్మనినేయి, గడ్డపెరుగు, మంచిపాలు కావలసినవియెల్ల మత్తుగా భుజించుచుండిన రాజశేఖరమున శాలలోని భోజనమిష్టముగాకుండెను. అప్పుడప్పుడితనికిజబ్బు జేయుచుండెను. ప్రతిశని

ఆదివారములలో నీతఁడింటికి వెళ్ళుచుండెడువాఁడు. ఆరెండు దినముల మాత్రమే యాతఁడు తృప్తిగా నింటికడ భుజించుచుండెను. తరువాత బెజవాడలోనున్న దినములు పస్తుగనే గడుపవలసి వచ్చెను. ఆభోజన శాల మార్చి మరొకదానిలో బ్రవేశించి చూచెనుగాని యిదియు నట్లే యుండెను. ఈబాధలన్నియు బడలేక చదువున కొక దండమును పెట్టి రాజశేఖర మింటికి జేరెను. తండ్రికొక్కఁడే కుమారు డగుటచే నాతని కయిష్టముగా నేమనుటకు తండ్రిసాహసింపఁడయ్యెను. పనిలేని మాచకమ్మ పిల్లితలగొరిగినదను సామ్యముగా నాతఁడు క్రమముగా గ్రామములో తనవంటి నిష్ప్రయోజక నిరుద్యోగ సంఘములో జేరుకొనెను. నిత్యము వారితో కబుర్లు జెప్పుకొనుచు కాలముగడపువాఁడు. ఎప్పుడో యొకప్పుడు దప్ప రాజశేఖరము పొలము జోయి యెరుఁగడు. ఆతఁడిప్పటికి పదునారేండ్ల వాఁడైనాడు. ఆతని కిరువది యకరముల పల్లపుభూమిగలదు. అందుచే నాతని తల్లిదండ్రులా భూమితోనే తృప్తి వహించిరి. అందుచే వారికి కుమారుని విద్యావిషయమున శ్రద్ధవహింపఁ దలంపు లేకపోయెను.

కమలాకాంతుని పూర్వీకులు వన్నియు వాసియుగల్గినవారు బ్రిటిషుపరిపాలన మనకురాకపూర్వము వారు హైదరాబాదునవాబు కడను, వెంకటాద్రినాయుడు మున్నగు జమీందారీ ప్రభువులకడను దేశపాండ్యాలుగానుండి రైతులవద్ద కప్పములువసూలుజేయుచు నామాగ్రామముల పాలకులుగానుండుచువచ్చిరి. ఆకాలము మారిపోగా క్రమముగా వారివద్ద నపుడప్పుడు బహుమతిగాబడసిన యినాములతో వారివంశీకులు కాలక్షేపము జేయసాగిరి. వారందరు సహజముగా సౌదార్యసంపన్నులు. వారి దాతృత్వముక్రింద వారికి వచ్చెడి రాబడులు చాలకపోయెడిది. అప్పుడప్పుడు పేరందుచే భూము లమ్మివైచుచుండిరి. ఇట్లు రాను రాను కమలాకాంతుని తండ్రి కాలమువచ్చువరకు

వారిక్రింద నలుబది యకరములుండెను గాని యాతఁడుగూడ కుమారుల విద్యకును, తన దాతృత్వమునకు వ్యయపరచుచు నచ్చటచే యిటీవలనే నగరుభూమిని విక్రయించివేసెను.

కమలాకాంతుని కిర్వురు సోదరులు గలరు. వారింకను చిన్నవారుగనే యుండిరి. ఒకఁడు నాల్గవఫారమును ఇంకొకఁడు రెండవఫారములోను చదువుచుండిరి. వారితండ్రి వారికిద్దరికి వంటజేసి పెట్టుట కొక దాసినేర్పాటుజేసి, బెజవాడయందొక గృహమును నెలకు నదునైదు రూప్యముల కద్దెకు దీసుకొని యందు వారిని ప్రవేశ పెట్టెను. వారి వ్యయములన్నియు నీరీతినే యున్నను, పిల్లలు మాత్రము విద్యా విషయమున శ్రద్ధాళువులై, యితరాలోచనలు లేక విద్య నభ్యసించు చుండిరి. కమలాకాంతుడు మిక్కిలి రూపసి, బంగారుచాయవంటి మేనును, నీలములగు కుటిల కుంతలములను సరోజ సన్నిభమగు ముఖ విలాసమును, విశాలమగు వక్షస్థలమును, ఆజాను బాహువులను గల్గి యాతఁడందగాడని పించు చుండెను. అతని సుగుణపుంజములే యాతని సహజ లావణ్య సౌందర్యమునకు మఱింత వన్నె దెచ్చుచుండెను. చిన్న పెద్దలయందెట్లా దరణముండవలయునో, తల్లిదండ్రులు, బంధు మిత్రాదుల నెల్లరి నెట్లుచితరీతి గౌరవింపవలయునో యాతని వలన నేర్పదగి యుండెను. అయినను ప్రహ్లాదుని వలె నాతఁడు పట్టిన పట్టునే సాధించు స్వభావముగల వాడుకాడు.

కమలాకాంతుఁడు చిన్నతనములో స్వగ్రామమున జదువుకొనుచున్న దినములలో కమల యాతని నెఱుఁగును. ఆతఁ డప్పుడప్పుడు సెలవులలో ప్రకాశమింటికి వెళ్ళి అప్పగారితో ప్రొద్దుపుచ్చుటయు గూడ కలదు. అప్పుడు కమల యాతనివద్ద నాడుకొను చుండెడిది. వేడుకకై యాతఁడు కమలను జూచి ' అమ్మాయీ! నీవెవరిని పెండ్లి జేసుకొనెదవో చెప్పుము.' అని యడుగువాఁడు. పెండ్లియన నేమియో

దమయభిమతమును సరళముగనే వ్రాసిపోవుదురు. ఇట్టివ్రాతలా పాఠశాలా విజిటింగుబుక్కునం దెన్నియోగలవు కాని వీనికిని బాలికలవిద్యాభివృద్ధికి నేమాత్రము సంబంధము లేకుండెను. ఇట్టిసందర్భములలో కమల కెంతవిద్య యబ్బినదియు, పాఠకమహాశయులు సులభముగా గ్రహింపగలరుగావున వివరింపఁబనిలేదు. అందును తల్లిదండ్రుల కొక్కటేబిడ్డ యగు కమల యతిగారాబముచే చీమచిటుక్కుమన్నను బడికిపోక యింటివద్దనే సంచరించు చుండును. తమబాలిక యెపుడు తమ కండ్లయెదుటనే యుండఁగోరికఁగల యాదంపతులామె భావ్యభివృద్ధి నభిలషించువారయ్యును దానికిదోహద మొనరింపఁగల తెరువుల నన్వేషింపకనే చాలకాలము బుచ్చిరి. ఇంతలో కమల సంప్రాప్త యౌవ్వనియయ్యెను.

ప్రకాశముగారి కింతవరకు సంసారమునందమితమైన వ్యయము లేనందున యేఁటేట నయిదారువందల రూప్యములు వెనుకబడుచుండెను అట్లేర్పడినమొత్తము నాలుగైదువేలయ్యెను. ఈధనముతో నాతఁడు పుత్రికావివాహము జరపిన బాగుండునని నిశ్చయించుకొని సుశీల యభిప్రాయముపైని యనుకూల వరాన్వేషణము సలుప నారంభించెను.

దగ్గఱబంధువులలో సుశీలకు పినతండ్రి కుమారుఁడొకఁడు కలడు. ఈతఁడు పాఠశాలాంతిమ పరీక్షలో నెగ్గి యొక యుద్యోగమున బ్రవేశించియుండెను. ఈతనికి పెద్దయాస్తి లేదుగాని గుణసంపదులలో నసమానుఁడు. ఈతఁడు తనయుద్యోగమున పెద్దయధికారుల యనురాగమును శీఘ్రకాలముననే బడసి యున్నతపదవి నధిష్టింపఁగల శుభసూచనలు కన్పట్టుచుండెను. కమల నీతనికిచ్చి పరిణయముజేయుమని సుశీల భర్తతో తన యభిప్రాయ మొకనాఁడు తెలియపఱచెను.

ప్రకాశమందుకు సమ్మతింపఁలేదు. ఆయన యుద్దేశ్య మింకొకవిధముగా నుండెను. "ఈకాలములో నీయుద్యోగముపై నాధారముపడి

యెవ్వరును కన్యనీరాను. ఆతని సుగుణసంపత్తి శ్లాఘ్యమైనదే. ఐనను తగినంత రాబడిలేనిదే యుద్యోగములు శాశ్వతములు కావు. ధనమూలమిదంజగత్ వేలువిడచిన మేనమామకుమారుఁడని యొకవేళ రక్తసంబంధమున కిచ్చగించుటయుగూడ నీదినములలో ప్రమాదకరమే. ఇది శాస్త్రగర్హితమటుండనిచ్చి, యారోగ్యమునకుగూడ జేటని నవీనశాస్త్రజ్ఞుల సిద్ధాంతమగుటచే విసర్జనీయము. కమలాకాంతునికిచ్చినచో నన్నియు చిక్కులే యుండును.” అని ప్రకాశముగా రామెకు బదులు చెప్పెను.

సుశీల కామాటలు నచ్చలేదు. “అట్లయినచో, మీరెవ్వరికీయనుద్దేశించుచున్నారు?” అని ప్రశ్నించెను. ప్రకాశమంతట “విమలానందముగారి రాజశేఖర మన్నిట దగినవాడనుకొందును. వారికి భూవతి చాలకలదు విద్యావిషయమున గొంచెము వెనుకంజయనుమాట వాస్తవమేగాని తక్కినవిషయము లన్నిటిలో నాతఁడు కమలాకాంతు నక్కుదీసిపోడు.” అనెను. సుశీల యింతటితో నాప్రస్తావము ముగించి తనలో నాలోచింపసాగెను. ఆమె యాలోచించుకొనుకొలఁదిని కమలాకాంతుఁడే యన్నివిధముల మెరుగుగా గన్పట్టుచుండెను. కాని సాహసించి గట్టిగా జెప్పినచో ప్రకాశ మొప్పుకొనునట్లు కనుపడలేదు. మీదుమిక్కిలియాగ్రహపరవశుఁడగును. అందుచే నిదిగాదుమార్గమని సుశీల యాతనిజూచి మనవాండ్లందఱితో నాలోచించి యేదియో యొకటి నిశ్చయపరచుఁడు. ఇంతకు మన కమలయుద్దేశ్య మెట్లున్నదో!” అనెను. ప్రకాశమంతట దానినందుకొని “కమలయుద్దేశ్యము నీయుద్దేశ్యమునకేమి లే! దానినెవరు గమనింపనున్నారు? ఏదియో నోటికివచ్చినట్లు ప్రేలుదురు. మీతల్లిదండ్రులతోగూడ నాలోచించి నిర్ణయించెదనులె” అని పలికెను. ఆనాటిసంభాషణ మంతటితో ముగిసెను. రాజశేఖరము చిన్నతనములో పాఠశాలలో ప్రవేశించెను ఉండవల్లిలో నాల్గవతరగతివరకు

యెఱుఁగకమున్నే యిరువురాడు మాటలనాలకించి తానుగూడ యట్లే మాట్లాడుట కలవరచుకొన్న బాలికయు నాతనిజూచి 'నిన్నే నిన్నే' అని యమాయికముగాబదులుచెప్పెడిది. సుశీలయు, కమలాకాంతుఁడు నా బాలిక మాటలకు నవ్వుచు నానందరస నిమగ్ను లయ్యెడివారు కమలాకాంతుఁ డంతట 'కమలా! నేను నిన్ను చేసుకొనను ఇఁకనెవ్వరు పెండ్లాడుదురు?' అని తిరిగి ప్రశించువాఁడు.

కమల కేమియు దోఁచక 'నీవు చేసుకొనకపోయిననో మానాయనను చేసుకొనెదను.' అని యనెడిది. 'ఛీ! అట్లనరాదు. బావనే చేసుకొనెదనని చెప్పుము,' అని సుశీల యుపదేశించెడిది. ఆప్రకారమె కమలయు మఱల పల్కెడిది కమలాకాంతుఁ డిట్లు క్రమముగా నాబాలికతో చిన్నతనమునుండి సహవాసము చేయుచుండుటచే నాతనిజూచి నంతనే కమల పరుగెత్తిపోయి కౌఁగిటలో గూరుచుండును. ఆతఁడు గూడ దానికి తన్మయుఁడగుచుండెను.

కమలాకాంతుఁడు విద్యోపార్ధనకై పట్టణమున కేగిన దాదిగా వారిరువురకును కొంచెమెడ బాటుగల్గెను. ఎప్పుడో సెలవులలో దప్ప సాధారణముగా నాతఁడు వచ్చుటలేదు. వచ్చినప్పుడుమాత్రము కమలను చూచియే వెళ్ళువాఁడు. పట్టణములలో నుండిన భోజన శాలలో వసతి సరిగాలేనందున కమలాకాంతుఁడు క్రమముగా చిక్కిపోయెను. ఒకనాఁడాతఁడు ప్రకాశమింటికి వచ్చినప్పుడు కమల యాతనిజూచి నవ్వుచు 'బావా! నానాటికి సన్నపు నూలువడకుచున్నావేమి?' యని పరిహాస సూచకముగా కుశలప్రశ్నము గావించెను. కమలాకాంతుఁడు దరహసిత వదనారవిందుఁడై 'కమలా! నిన్నుజూడని బెంగతో నట్లున్నాను.' అని పలికి యామాటకు కమల కొంచెము సిగ్గుపడగా మఱల నామెనుజూచి 'పట్టణములలో భోజన సౌకర్యము కుదరదు. మాబడికి విద్యార్థివసతి గృహములేదు. కలకత్తా బోఁ

బాయి మున్నగు పట్టణములలో నట్టివి గలవఁట. అవి యున్నచో నారోగ్యమునకు భంగముండదు. ఇదిగాక రాత్రింబవళ్ళు చదివినగాని యీపరీక్షలో నెగ్గుట కష్టము. అందుచే రాత్రిళ్ళు నిద్ర తక్కువ. దానికేమిగాని, నీవు చదువు మానివేసితివా? 'అని పల్కి మఱల కమలను యథాసంభాషణములలోనికి గొనితెచ్చెను.

కమల కప్పటికి పన్నిండేండ్ల ప్రాయము వచ్చినది. అనురాగలత యప్పుడే యామె మనః ఫలకమున దృశ్యమానమగుచుండెను. యుక్తా యుక్త వివేఖ నాజ్ఞానముకూడ కమల కప్పుడు బొడసూపుచుండెను. కమలాకాంతుని ప్రశ్న కాబాలిక కొంచెము సిగ్గుపడి, ' ఈబడిలో చదువు బాగుగా చెప్పుదురుబావా? అయినను నాకిఁక చదువుకొనుటకు వీలుగాదు. అమ్మకు పాచపనులలోనైన సాయపడనిచో నామె యొక్కతియే గృహ కృత్యములన్నియు నిర్వహించుటకు వీలుకాదుగదా.' యని బదులు పల్కెను.

కమలాకాంతుఁ డంతట ' కమలా! నీవు బడికి పోవ నక్కఱలేదుగాని యింటివద్దనే తీరికవేళలో చదువుకొనవచ్చును. మానినీశతకము, కుమారీశతకము, దాశరధీశతకము, సంగమేశ్వరశతకము, స్త్రీలపాటలు, పద్దెములు, అన్నియు నీవింటివద్దనే పఠింపవచ్చును. దానివలన నీవిద్యాబుద్ధు లెన్నియో రీతుల వికసింపఁగలవు. ' అనెను. ' మరి రుక్మిణీకళ్యాణమో' అని కమల ప్రశ్నించెను. కమలాకాంతుఁడు నవ్వుచు ' నీకళ్యాణ మప్పుడు రుక్మిణీ కళ్యాణము బఠింతువులే ఇప్పుడు నీకది యర్థముగాదు ముందుగా శతకములు, పాటలుచదువుకొనుము' అని పల్కెను. కమలపనిపాటల కొఱకై లోనికేగెను. కమలాకాంతుఁడును స్వగృహమున కేగెను.

రాజశేఖరముగూడ యప్పుడప్పుడు కమలగృహమునకే వచ్చువాఁడే గాని యాతనికి పిల్లలను కొట్టి యేడ్పించుటయన్న మిక్కిలి

యిష్టము. అందుచే నాతఁడు కమలను బిలిచి యేదైన పద్యమో పాట యో చదువుమని నిర్బంధించి, సిగ్గుచే నాబాలిక చదువకయుండఁగా మొట్టికాయల గొట్టువాఁడు. ఆబాలిక యేడ్చుచుబోయి తల్లివద్ద మొఱ బెట్టుకొనెడిది. "ఎగతాళికొఱకు దెబ్బవేసినాడేమో ముగబిడ్డ. అందుల కింతగ నరువవలయునా. ముత్తీ, పద్దెము చదువుమన్న నేల చదువకపోయి తివి? నీదేతప్పునుమీ" అని సుశీల సాంత్వనవచనములతో నామె దుఃఖమును, కోపమును చల్లార్చుచుండెడిది. ఇదియంతయు కమల చిన్న తరగతులలో విద్యనభ్యసించునప్పటిమాట అప్పటినుండియు రాజశేఖ రమును గాంచినంతనే మొఖమువిప్పించి పారిపోయెడిది. ఆమె సఖురిం ద్రియములు కాతని వదనమండలము గన్పడినంతనే భయత్రాసము లామెను వెంబడించెడివి. అందుచే నాబాలిక కాతనియెడల నేవిధమైన యనురాగాంకురములుగాని యుద్భవిల్లవయ్యెను.

రాజశేఖరము చదువుమానివేసినతరువాత నంతగా కమలను జూడవచ్చుటలేదు. ఎప్పుడైన కదాచితుగా వచ్చినను, విద్యాప్రసంగ మాయింట తేడమ్యెను. ఏలన, నాతఁడు విద్యమానివేసినవిషయంతయు నేకరువు బెట్టవలసివచ్చుననియు, నది తన కవమానకరమనియు దలంచియే యట్టి సంభాషణ మొసర్చుటలేదు. కమలను పరిశీలించుట కాతఁడుముందు విద్యయందు దారితేరిఁగదా! ఒకవేళ కమల "బావా! నీవేమి చదువుచున్నావు? చెప్పుము. ఆడపిల్లను నాకెందుకులే చదువు? నీకుకావలెనుగాని" అనినచో నేమగును ఇట్టి యాలోచనచే నాతని యంతరంగమున ప్రబరించుచుండెను.

కమలకు వివాహము చేయవలసిన సమయము వచ్చెను ప్రకాశముగా రంగనిచే నేదియో యొక మనుము నిర్ధారణ చేయవలసియుండెను. ఒకనాడు ప్రకాశము తన యత్తగారింటికివెళ్ళి మామగారితోను అత్తగారితోను మనుము విషయముప్రస్తావించెను. లెప్పగా నాళ్లో

చించినపిదప వారు మనుమరాలిని కమలాకాంతునికే యొసంగుట లెస్సయని తమ యభిప్రాయము నెఱింగించిరి. అంతటితో ప్రకాశ మాలోచనా నిమగ్నుడై స్వగృహమున కేతెంచి యావృత్తాంతమును భార్యకు రహస్యముగ దెల్పెను.

లోకులు కాకులవంటివారను సామ్యము గలదు. ఒక్క కాక మఱచినచో తక్కినవన్నియు గూయమొదలిడును. లోకులునట్లే. ఒక్క విషయమేదైన రహస్యమనినచో నది వెంటనే పైకివచ్చును. అది యాబాలగోపాలము మహత్తరముగా జెప్పుకొందురు. చివరకది వడ్లగింజలోనిదే బియ్యముగింజవలె నుండును. ఉండవల్లిలో ప్రకాశముగారి కుమారిత వివాహము గావింపఁబోవుచున్నారనియు, కమలాకాంతుని కితను కూతునిచ్చుననియు జనులలో బలముగు వదంతి బయలుదేరెను. కమలాకాంతుని తల్లిదండ్రులకిది యాశ్చర్యకరముగనే యుండెను తమ కుమారుఁడొక చిన్నయుద్యోగమున నున్నను, ప్రకాశమువంటి ధనవంతుఁడు పిల్లనిచ్చువాఁయని సందేహింపసాగిరి. ఐనను జనవాక్యంతు కర్తవ్యం అనిగదా పల్కుదురు. ఇది పొసగినచో మంచిదేయని వారు తలంపసాగిరి. వారిభావములు వారి ముఖవిలాసములందును సంభాషణములలోను గానవచ్చుటచే లోకులీ పరిణయము నిశ్చయమని చే తలంచుచుండిరి.

ప్రకాశమింకను యుక్తమిత్థము నిర్ణయింపఁడయ్యెను. ఆతనికింకొక పట్టుదలకూడ కలదు. తాను మనసారయిచ్చిన కట్నములు కానుకలతో సంతసపడువారితో మాత్రమే యాతఁడు వియ్యమొందగోరును గాని యెంతటిధనాఢ్యుఁడైనను, కట్నమాసించినచో నాతని సంబంధము మాత్రము తృణప్రాయముగ నెంచుటమేలని యూహించుచుండువాఁడు.

సుశీలయు, కమలయు, రాజశేఖరము తల్లియు, కమలాకాంతుని తల్లియు మఱికొందఱు సువాసినులొకనాడు పేరంటమునకై యొకరింటికి బోయిరి. పేరంటమనినచో నాఁడువాండ్ర కమితోత్సాహము. ఆనాఁడు వారు కోరిన చీరెయు కోరిన రవికయు, కోరిననగలును ధరించుకొని తమవిలాసమెల్లను చూపవలయునని యెన్నియో విధముల శృంగారించుకొని యుప్పొంగుచుందురు. ఆపేరంటమున నెవ్వరిసంభాషణ మాలించినను ఈచీర నెక్కడకొంటివమ్మా! ముచ్చటగనున్నది. ఈగజ్జెలవడ్డాణమే బత్తుఁడు చేసినాడమ్మా! చాలయందముగ నున్నది. ఎన్నిసవరనులు పెట్టినారు? ఇట్టివాక్యములే వినవచ్చుచుండెను. అప్పుడొక స్త్రీ సుశీలను జూచి "మీకమలకు వివాహము జేయబోవుచున్నారఁట నిజమేనా?" అని ప్రశ్నించి కమలవంక జూచి "కమలం! నీకెంతకట్నము గావలెనే! మీ అయ్యగారి సొమ్మంతయు దోచుకొనిపోదువుగాబోలు" నని పరిహాసమాడెను. దానికి సుశీల "అమ్మా! లగ్నము వచ్చినపుడదియే జరగును. అందును మనప్రయత్నమేమున్నది? అంతయు నీశ్వరకటాక్షముగదా! కట్నములకేమిలే! కట్నములు మేమియ్యగలమా? ఎవరో దానికి తగినవాఁడు వచ్చును." అనెను. రాజశేఖరుని తల్లి యామాటలందుకొని "కమలకు నాలుగువేల కట్నమిచ్చినగాని, ఈదినములలో మంచివరుఁడు రాఁడు. కట్నమునకు లోభించి యెవ్వరికైన చేయుట మంచిదిగాదు" అని పల్కెను. "మనము చేయవచ్చిననాటిమాటలుగదమ్మా! ఇంతకు కళ్యాణపు గడియలువచ్చినచో మనమాపలేముగదా అని సుశీల బదులు పల్కెను ఈమాటలన్నియు విన్నకొలదిని కమల సిగ్గుపడెను. అంతట తల్లితో "ఇంటికిపోదముపదవే! నాన్న వచ్చువేళ యైనది. ఆయనకు ఫలహారము సిద్ధముచేయవలయును" అని పల్కెను. పిమ్మట వారిద్దరు నిష్క్రమించిరి. వారిద్దరు నిష్క్రమించినంతనే కమలాకాంతుని తల్లికడ నెవ్వరో యీప్రసంగము

తెచ్చిరి. వారితో నామె "కట్నములకేమి? ఎవరిపిల్లకువారు పెట్టుకొనకుందురా? వారినడిగి పుచ్చుకొనుటొక ఘనతయా! అట్లుపుచ్చుకొనినదో విక్రయముతో సాటియేదా. ఇంతకు వధూవరు లన్యోన్యానురాగ సంపదతో నుండుట జూడవలెనుగాని తల్లిదండ్రులు కట్నములనుగాక, కేవల విద్యాధనవిషయముల నొక్కొక్కటి పరిశీలించిగాని దానితోనే తృప్తిపడవచ్చునా? అన్నియు పరిశీలించి చేసిన వివాహమే వివాహముగాని లేనిచో నెందుకమ్మా! చిన్నమ్మగారి తిలకమ్మను చూడుము. ఆమె కెంతధనముండిననేమి. ఆమెభర్త యెంతవిద్యాధికుడైన నేమి! ఆమె యేమాత్రము సౌఖ్యపడుచున్నది. మనకందఱకు తెలియదా? అందుచే కులశీల వయోగుణ విద్యాధన సంపదలన్నియు సమానముగా నుండవలెను గాని యొక్క ధనమేమిచేయును? మఱొక్కటి యేమిచేయును?" అని యుపన్యసించెను. అది విన్న పేరంటాండ్రందఱు బాగుగానున్నదని తలకాయ లెగురవైచిరి. అంతటితో నెవ్వారి యిండ్లకు వారేగిరి.

తిలకమ్మ భర్త పట్టపరీక్షాభద్రుండై యొక యుద్యోగమున ప్రవేశించెను. కాని యాతనికి పాశ్చాత్య సాంప్రదాయముగా త్రాగు డలవాటయ్యెను. అతడెప్పుడు త్రాగిన మత్తుచే నొడలు దెలియక భార్యను కొట్టుచుండువాడు. అతడు క్రమముగా పదభ్రష్టుడయ్యెను. కాని త్రాగుడు మానలేకపోయెను

పై సంభాషణమంతయు సుశీలకు మరునాడే యిరుగింటి పొరుగింటి వారు చెప్పిరి. అది చివరకు ప్రకాశముగారి వరకుపోయెను. కన్యావరవిక్రయములన్న మండిపడు ప్రకాశ మీసంభాషణనే లోలోన చర్చించుకొనుచు నాలోచింప సాగెను. రాజశేఖరునితల్లికి కట్నముపై నాసయున్నట్లామె మాటలవల్లనే దెలియవచ్చెను. అదియు కొంచెము గాదు. దాదాపు నాలుగువేలు రూప్యములు ఇట్టి వరవిక్రయము

జేయుట మహాపాతకమని యాతఁడు భావింపసాగెను. అందుచే నాతని మనస్సెట్టులను పాఁపోక తొట్రుపడుచుండెను. ఇంతలో నాతనికి తిలకమ్మ వృత్తాంతము జ్ఞప్తికి వచ్చి మనస్సును కలత పెట్టెను. విద్యా ధనములు రెండును జేకూరిన తిలకమ్మ భర్త యేమి చక్కఁగా నున్నాఁడు? ఎవరెవరికర్మానుసారము యాగతులు గల్గును గాని చదువులోను ధనములోను నేమిగలదు? ఇట్లని తలపోయసాగెను.

ప్రకాశము మేనకోడలనే వివాహము చేసుకొనెను. ఆకాలములో నిట్లు కన్యావరవిక్రయములులేవు. తగిన వరుఁడని తెలిసినగాని యెంతటి వానికైనను పిల్లనీయరు. వరుని తల్లిదండ్రులో బంధువులో యాతని ఋజు ప్రవర్తనమును గాంచి సంతృప్తి పడిన పిమ్మటనే యిచ్చుటనైన పిల్లను మాటలాడుదురు. పిల్లకొరకు వెళ్ళిన వారిని పిల్లవాని యోగ్యతల నన్నింటిని జెప్పుమని పిల్ల తల్లిదండ్రులు కోరుదురు. ఆయోగ్యతల కిష్టపడినచో పిల్లనిత్తుమందురు. లేకున్నలేదు అంతేగాని కట్నము లెవ్వరు నడుగగూడదు. అందుచే పెండ్లాడ నున్న యువకుఁడు విద్యావినయ సంపన్నతచే నుండవలసినవాఁడగుచున్నాఁడు. తనకు దానై ప్రేమతో కుమార్తెకు నల్లునికిని మామగారయాచితముగా నొసంగెడి ధనధాన్య వస్త్రాలంకారములు గాని భూవిశేషములుగాని యెక్కడనైన ధనవంతుల వివాహములలో నుండినను అయ్యవి గౌరవచిహ్నముగా నుండెడివి. ప్రతిభ కాసించి నలుగురిలో చదివించిన బాగుండునని చదివించెడువారు గూడ కలరని చెప్పవచ్చును. ఐనను నిరాఘాటముగా నీకాలములోవలె నుండెనిబ్బరము జేసికొని కోడెదూడల వ్యాపారమువలె కట్నములను బేరము జేయువారుమాత్ర మాకాలములో నెందునకైన లేదని ఘంటాపథముగ నుడువవచ్చును పేరు ప్రతిష్ఠలనైన నల్వురిలో ప్రాకులాడుచుండిన కాలము గతించి మన దురదృష్టవశమున నిది సంభవించి యీనాఁటిన

వాతావరణములో ఇక్కపోవుచుండుటకు మనదేశస్థుల కెట్టి భాపి
పరిణామము గల్గుటకో గదా!

అత్త మామలగారి యభిప్రాయమును భార్య యుద్దేశ్యము
నొకే ప్రక్కను లాగులాడుచున్నను ప్రకాశ మిదివరకు రాజశేఖ
రమునకే కమల నిచ్చి వివాహము జేయవలెనని తలంచు చుండెను.
గాని నేటితో యా యాసలన్నియు యడియాసలే యని నిశ్చయిం
చెను. ప్రకాశమంతట సుశీలను బిలిచి 'ఏమే! మనము విన్నదాని
నిబట్టి రాజసేఖరుని తల్లికి కావలసినంత కట్నము మనమీయలేమనుట
నిజమేగదా. కమల నెవ్వరి కిమ్మందువో చెప్పుము.' అని పలికెను.
సుశీల నవ్వుచు 'నాడే నేను మీకుచెప్పలేదా? వారి సంగతులన్నియు
నిప్పటికి మీమనసున కెక్కినవి గాబోలు! కమలాకాంతున కిమ్మని
మొదటనే నేను మీతో చెప్పితిని. అది మఱచిపోయితిరి. వారు
మనమేమైన యిచ్చిన దీసుకొందురు. లేనిచో లేదు. వారి సాంప్ర
దాయమట్టిది. ఇది గాక కమలకు గూడ చిన్నప్పటినుండియు కమ
లాకాంతునిపై ననురాగము మెండు. వారిద్ద రొక్కచో నాడుచు,
నొక్కచో బాడుచు నుండువారు. ఇంతేగాక నాతఁడిప్పుడే సర్కా
రుద్యోగమున బ్రవేశించినాఁడు. అదృష్టమున్నచో బైకి రాఁగలడు.
మీకాతనిపై నేల మనస్సుపోవుట లేదోగాని, మాకందఱి కాతఁడే
తగినవాఁడనియున్నది. పైన మీ యిష్టము' అని శాంతముగా సమా
ధాన మిచ్చెను. ప్రకాశమెప్పుడును గాని భార్యమాటను జవదా
టుట కిష్టములేనివాఁడు అయిన నాతనికి విరుద్ధముగా బైకి మాట్లాడ
నీయఁడు. తనపైనే భారముబెట్టినను దానిని యామె చెప్పినట్లే
చేయుచుండును. మేనరికములు తగ్గించవలెనని ప్రకాశమునకు మన
స్సులో నొకకోరిక యుండెను. దానిని గలుపుకొనియే యాతఁ డిది
వరకు తన యభిప్రాయ మట్లుంచుకొనెను. కాని యాతఁడిఁక నవి

యుంచుకొనినచో ప్రయోజనము మృగ్యమని గ్రహించెను. అందుచే కమలాకాంతునకే పిల్లనిచ్చుటకై నిశ్చయించుకొని యొక యాప్తుని ద్వారా తమ యభిలాషను నాతని తల్లిదండ్రులకు యుక్తకాలములో నెఱుకపరచెను.

ప్రకాశముగారు పిల్లనిత్తుమన్నచో చేసుకొనుట కనేకు లువ్విళ్లూరుచుండిరి కేవల మాయనపైగల ప్రేమచే గాదిది. ప్రకాశముగారికి నూరు యకరముల భూమి గలదనియు నాతని కొడుకులేక కుమార్తెయగుటచే నాయాస్తినంతయు నాబాలికకే వచ్చుననియు నూహించి ప్రతివారును సమయము నిరీక్షించు చుండిరి. అప్పు డప్పుడు ప్రకాశమునకితరులవద్దనుండి మాపిల్లవానికిమ్మని మాపిల్లవానికిమ్మని కబుర్లువచ్చుచునే యుండెనుగాని యవి యన్నియు చేయునప్పుడు మాటలుగలదాయని సమాధానము చెప్పుచు నాతఁడు పేక్షచేయుచుండెను. కాని రాజశేఖరుని తండ్రివద్దనుండిగాని కమలాకాంతుని తండ్రివద్దనుండిగాని యట్టికబురు లెప్పుడును రాలేదు. వారిద్దరెవరి మనసు నారయుటకుండి నెట్టిమాటనుగాని ముందుగా బల్కెడి యభ్యాసము గలవారుకారు. మితభాషిత్వమును పరమ్మానయాకర్షత్వమును గల్గిన యాయిర్వురు నాగ్రామములో నెన్నదగిన పెద్దలలోనివారు

ప్రకాశ ముద్దేశ్యముగనిపెట్టి యొక శుభముహూర్తమున నిద్దరు బంధువులువారియింటికి వచ్చి కమలాకాంతునికి పిల్ల నిమ్మని బహిరంగముగా నడిగిరి. ఆవచ్చిన బంధువుల కావాడు ప్రకాశము విందొనర్చెను. తరువాత నాతఁడు తన సమ్మతిని దెల్పెను. అంతటితో కమల పరిణయము నిశ్చయమైనట్లు వెల్లడియై పోయెను. గ్రామములోనితక్కుంగల వారిలో కొందరట్టి మహాద్భాగ్యము కమలాకాంతునికి జిక్కినందుకై పరితపింపక పోలేదు. కాని చేయున దేమిగలదు?

ఈర్ష్యయను నది క్రూరమైన గుణ గణములలో నొకటి. ఒకఁడీర్ష్యతో దేనికైనను జూచెనా యది భస్మీపటలము గాపలసినదే దృష్టిదోషమనునది యీర్ష్యా జనకమే మంచివస్తువులో వస్త్రములో ధరించి యొకఁడు బయటకేగినపుడొక్కఁడట్టి నేమియులేక శుష్కదరిద్రుఁడై యుండుటచేత నేమి ఉండియు జాడలేకపోవుటచేతనేమి యీర్ష్యాసూయలచేతఁజూచెనా వానికానాఁడు తప్పక యేదో రోగమో మఱే వైకల్యమో సంభవించుట గలదు. ఇది మన హిందూ దేశవాసుల ప్రత్యక్షాను భవసిద్ధప్రమాణమని పల్వురు తలంతురు దీనిని కాదని త్రోసివేయువారు గూడ కొందరు లేకపోలేదు. గ్రామమని యున్న తరువాత నన్నికులములు తెగలు నుండునుగదా అట్లే యందులో సోమరులు మూర్ఖులు, పండితులు. పెద్దలు, పిన్నలు అసూయా పరులు పరధన పరదారా సక్తులు పరశ్రేయోభిలాషులు మున్నగువారు పల్వురుందురు.

ఉండవల్లిలోగూడ నట్టివారుందురని వేఱుగ చెప్పనక్కఱయే లేదు. అందుచే నెవ్వఁడో నసూయాపరుఁ డొకఁడు ముందుగా కమలాకాంతునికి కంటిచూపులో జబ్బనియు, నెప్పుడు నాతనినేత్రములవెంట నీరు గారుచుండుననియు పుకారు వ్యాపింపజేసెను. ఆతఁ డుద్యోగమునకు వెళ్ళినతర్వాత తఱుచుగా నిచ్చటికి వచ్చుటకు వీలులేకుండెను. అందుచే దానియథార్థ మెఱుంగుట కితరులు చాలకుండిరి. ప్రకాశము మాత్ర మేమియెఱుఁగఁగలఁడు? ఈర్ష్యాసూయ లక్కచెల్లెండ్రు. మొదటి దానికన్న రెండవదింకను రెండాకులెక్కుడు జదివినది. ఈర్ష్యయన్ననో మంచిని నిగ్రహించి క్రోధము వహించును. కాని యసూయ మంచిని మంచిగా గ్రహింపక దానికి చెడును కల్పించును. ఈరెంటిలో భేదమిదియే. అందుచే నీర్ష్యకన్న యసూయమిక్కిలి నీచము. ప్రకాశమునకా వార్త విననినాటనుండి కొంచెము మనస్సంకోచ మేర్పడెను. కా.

యాతని మాటను మరల్పుకొనుటకు మిక్కిలితప్పుగా దోఁచెను. అందుచే నేదియెట్లయినను సరే తలఁచినది తలచినట్లే జరుగవలెనని యనుకొనెను. అందుచే నాపుకాడునను లక్ష్యపెట్టఁడయ్యెను. తరువాత కొన్నాళ్ళ కింకొకఁడు పిల్ల కుబ్బసవ్యాధి గలదని యొకవదంతిని వ్యాపింప జేసెను. దానిని విన్న కమలా కాంతుని తల్లిదండ్రులుగూడ నామాటను లక్ష్యపెట్టరైరి. వారు సాధారణముగా బరుల మాటల నాలించెడివారేకాదు. పిమ్మట కొ॥ నెలలు గడువఁగా బెండ్లి కనుకూలమగు శుభదినములు వచ్చెను. మాఘ శు॥ ౧౪॥ లు వివాహము నిశ్చయింపబడెను. వారి యాచారక్రమముగ పండ్లు పస్పులును పెండ్లికూతురున కంపఁబడి కళ్యాణమునాడు ప్రధానము ముందుగాబంపబడెను.

కమలాకాంతుఁడు తన వివాహ నిశ్చయ వృత్తాంతమును తండ్రి వలన నెఱింగి పై యధికారులకు వ్రాసికొని యొక నెల దినములు సెలవుపుచ్చుకొనెను. ఆతని స్నేహితుల కందరికిని పెండ్లికి రమ్మని యాహ్వాన పత్రికలంపెను. తాను వివాహమునకు మూడురోజుల ముందుగా నుడవల్లి గ్రామము జేరెను. వెంటనే యాతని పెదతండ్రి గారొకరు పెండ్లికుమారుని జేసిరి. అంతటి నుండియు ప్రతివారును కమలాకాంతుని విందునకు బిలిచి, నూతన వస్త్రముల ధరింపఁ జేయుచుండిరి. పాప మాతఁ డెన్ని విందులని కుడుచును? ఎన్ని వస్త్రముల ధరించును.? అవి యన్నియు వేడుకకొరకేగాని నిజముగా నాతని కందేవియు నిజమైన సౌఖ్యము గూర్పవు. అయిన నాపరిణయోత్సాహములో నవి యొక లెక్కయా?

సుముహూర్తము సమీపించెను వధూవరులు పెండ్లిపీటల నలంకరించిరి. సుశీలా ప్రకాశములు కమలాకాంతునికి కన్యాదానము జేసిరి. ఆతని పాదముల గడిగి యాతోయముల శిరస్సున జల్లుకొనిరి. అనేకము

లగు మేళతాళము లన్నియు దిక్కులు పిక్కటిల్లునట్లుగా మ్రోగుచుండెను. ఆరణగుణ ధ్వనులలో నచ్చట విప్రులు పఠించు మంత్రము లెవ్వరికిని వినవచ్చుటలేదు. మాంగళ్యము మాత్రమందరి సాక్షిభూతమైనట్లుగా వారి వారి హస్తములం బెట్టబడి తుదకది యామేళముల మధ్యనే వరునిచే కమల కంఠసీమయందలంకరింపఁ బడెను. అట్లావివాహము జయప్రదముగనే ముగిసెను. వచ్చిన బంధుమిత్రాదు లెల్లరికి పంచభక్ష్య పరమాన్నములతో ప్రకాశము విందుజరపెను. కళ్యాణము మరునాడు పెదలకన్న దాన మొనర్పఁబడెను. అట్లే నిత్య కళ్యాణము పచ్చతోరణమను నటుల నాపదహారు దినములు పండుగవలెనే జరిగిపోయెను.

కమలాకాంతుని సెలవై పోయినందున నాతఁడుద్యోగాభిముఖుడయ్యెను. ఎక్కువ నాళ్ళత్తగారింటికడ నుండుటకు వీలుగా లేదని యత్తమామలు విచారించిరి. కమల విషయము చెప్పనక్కఱయేలేదు. వారికేదియో సమాధానము జెప్పి కమలాకాంతుఁ డుద్యోగమునకు బోయెను. పండుగ పబ్బములలో మాత్రమాతఁడు ప్రకాశము గారింటికివచ్చుచుండెను. అప్పుడు వారు నూతన వస్త్రముల ధరింపఁజేసియో క్రొత్తవస్తువుల నేదియైన బహుమతిగా నిచ్చియో కమలాకాంతుని మఱల సాగనంపువారు. ఇట్లు కొంతకాలము జరిగెను.

కమల కింకను గర్భాదానము చేయలేదు. రజస్వలోత్సవము లన్నియు దీరిపోయినవి. వివాహమునకువలె గర్భాదానమునకును గృహప్రవేశమునకును మనజ్యోతిష శాస్త్ర సిద్ధాంతము ప్రకారమనుకూల ముహూర్తములు దొరకుటదురు. అందుచే కమల పునస్సంధానమొక వత్సరము వరకాగిపోయెను. కమలాకాంతుని కింతలో మరల శలవుగోరు యవకాశము గూడవచ్చెను. ఈమారొక్కటేసారి యాతడు మూఁడునెలల సెలవుదీసుకొనెను.

కమలాకాంతుఁడింటికి వచ్చినంతనే పునస్సంధానము జరిగెను. ఆనూతనవధూవరుల సమాగమ సౌఖ్య మెట్టిదియో వర్ణింప బని లేదు. అత్తయు నొకయింటి కోడలే యను నట్లు గృహస్థాశ్రమములోని ప్రతిపురుషుఁడు స్త్రీయును నట్టి సౌఖ్యము రుచి చూచియున్నవారలే. ఆవధూవరులకే మూఁడు మాసములు మూఁడు దినములుగా గడచి పోయెను. ఇక కమలా కాంతుఁడు మరల నుద్యోగమునకు వెళ్ళవలసి యుండెను అత్యంత విషాదమనస్కులై యాదంపతులు విడి పడిపోయిరి. కమలాకాంతుఁడు గుడివాడలోని తాలూకాయందు గుమాస్తాగ నుండెను. ఆతఁ డిప్పుడు క్రమముగా సముద్దారుద్యోగము లోనికి వచ్చెను. కాని యిప్పుడొక చిక్కు వచ్చెను. ఆతఁడు నెల కిరువది దినములైనను చుట్టుపట్ల గ్రామములలో దిరిగి పనులు చూడవలసి యుండెను. కమలను దీసుకొని వచ్చి గుడివాడలో నుంచెదమన్నచో నాతఁడు లేని దినములలో నొక్కతియే గడుపజాలదు. వయో వృద్ధులగు తలిదండ్రులను సాయముగా గొని తెచ్చుటకును వీలు లేదు. ఇదిఁగాక వారు లేనిది ఉండవల్లిలో నాపొలము మక్తాలైనను రావు. తమ్ములు చిన్నవారు. వారి స్థితిగతులన్నియు బెజవాడకు దాపులో నుండి పరిశీలించు చుండవలయును. కమలయొక్కతే సంసారము నిర్వహింపఁగల సమర్థత యింకను రాలేదు. ఇట్టిచిక్కులతో కమలాకాంతుఁడొంటరిగానే కాలక్షేపము చేయవలసి వచ్చెను. పాప మెన్నినాళ్ళనియట్లుండఁగలడు. ఒకనాటి పండుగ వేళ కమలాకాంతుఁడత్త వారింటికి వచ్చినపుడు కమలను బంపుమని యత్తగారితో జెప్పెను. ఆమె యాసంగతి భర్తతో ననెను. ప్రకాశము కమలాకాంతునితో దరువాత ‘ఏమోయి! అప్పుడే దాని నెట్లు పంపమనెదవు? అభ శుభ మెరుంగని దానిని దీసుకొనివెళ్ళి యెచ్చట నుండగలవు? ఇంతకు నీయుద్యోగమున వచ్చు నాదాయము మాత్ర మెంత? ఈడు జోడుగా నుం

డదగిన కాలములో తలకొక చోట నుండుట బాగుగా లేదు. ఆయుద్యోగమువలననే పూర్వము నుండియు మనము బ్రదికితిమంటలే? దానిని వదలివేసి స్థైన నిచ్చట నుండుము.' అని చెప్పెను. ఆమాటల కాతఁడేమియు మారు పల్కకుండెను. కమలాకాంతుఁడు మరలి పోయెను. కొన్నాళ్ళవరకట్లే యాతఁడుద్యోగములో నుండెను. తన గృహస్థితులను లెస్సగా బరిశీలించిన యాతని కుద్యోగము వదలుకొనవలెనని లేకుండెను గాని యత్తమామల యొత్తిడి హెచ్చయ్యెను. అత్తగారదివరకేమియు ననకుండినను, భర్తగారొకసారికి రెండు సార్లు చెప్పునది జూచియు, కమల యొంటరిపాటును గాంచియు కమలాకాంతుని యుద్యోగమును వదలి వేయుమని చెప్ప మొదలిడెను. అతని కేమిచేయుటకును దోచినది కాదు. చివర కెట్లో తనలో సమాధాన పడుకొని యాతఁడు మరల మూడునెలల కాలము జీతము లేకుండగ సెలవు గోరెను. అది యొసంగఁ బడెను.

కమల యిప్పటికి పరిపూర్ణయౌవని యయ్యెను. ఆమె యవయవములన్నియు నన్నివిధముల వికసించినవి. ఆమె వదనారవిందము శరచ్చంద్రికాసమమై, యత్యంతాకర్షణీయమై యుండెను. సహజసౌందర్యలయగు కమల తనూవిలాసము శిరీష కుసుమకోమల సదృశమై పసిండిచాయతో నొప్పారుచుండెను. ఆమె యధరోష్ఠము లరుణమయములై, సాంధ్యవిరాక్మిరములతో బోటి నల్పుచుండెను. ఆకనకాంగి యంగవర్ణనముతో మా లేఖిని ప్రొద్దుపుచ్చఁజాలదు. తరంగవేగంబున బోవుచున్న మా లేఖిని పూర్వాపరసందర్భముల నెన్నియో జూచుకొనవలెగదా. కమలాకాంతుఁ డట్టి జగన్మోహన దివ్యసుందర విగ్రహాయగు నా లావణ్యరాశిని మనసార ప్రేమించెను. ఆజవ్వనియు నిత్యమొక నూతనాలంకృతయై, నానావిధపరిమళ కుసుమరాజంబుల వేణులం బెట్టి

భర్తృసందర్శన మొనరించినంతనే యాతఁడు బిగ్గకవుంగలించి ముద్దిడి తన్మయుఁడగువాఁడు. ఇట్టిసమయములో నాతని కుద్యోగమొక విలువగా గన్పడునా?

ఇట్లాదంపతు లిర్వురు దినములు క్షణములుగా గడపుచుండిరి.

తృతీయ ప్రకరణము.

దత్తపుత్రుఁడు

రాజమహేంద్రపురమున నిన్నీసుపేటలో నొక మండువా లోగిటిలో నలువురు పెద్దమనుష్యులు సంభాషించుచుండిరి. అదియొక కులీనునకుఁజెందిన గృహమయ్యును. శిథిలావస్థలోనున్న పోలిక గానుపించుచున్నది. ఆమాటలాడుచున్నవారిలో నొక్కఁడా గృహమేధియే. ఆతనిపేరు రామానందము. రామానందముగారికి నల్వురు పుత్రులు గలరు. గోదావరీతీరమున బదియకరముల పల్లపుభూమి గలదు. దానితో నాతఁడొక విధముగా గాలక్షేపము జేయుచు పిల్లలకు విద్యాబుద్ధులు జెప్పించుచుండెను.

రామానందముగారి పూర్వీకులు కొరుకొండ రాజధానిగానున్న పుడు స్వదేశరాజస్థానములలో ప్రముఖులుగా నుండిరి. ఆవంశగౌరవ మీనాటికి నింగువగట్టిన వస్త్రమువలె వెల్లడియగుచునే యుండెను. రామానందము సహజ శాంతస్వభావుడు. దయార్ద్రహృదయుఁడు. అందుచు పిల్లలనిన నాతని కమితప్రేమ. తనపిల్ల లేదికోరిన నది తప్పక యొసంగితీరును. ఒకానొకప్పుడు వారలపై కోపమువచ్చినను గూడ దాని నాపుకొని వినయముతో బుజ్జగించి చెప్పెడివాఁడు, కాని కొట్టి తిట్టి యెరుగఁడు. పిన్ననాటనుండియు నాయనురాగలతలచే బెంపఁబడిన యాబాలురు నల్వురు దినదిన ప్రవర్ధమానులై శ్రీరామలక్ష్మణ భరత

శత్రుఘ్నులను మరపించుచుండిరి. దశరథాత్మజులయందు గల నిర్వ్యాజ భక్తిచే నాతఁడు తనకుమాళ్ళకుగూడ నాపేళ్ళే పెట్టి యత్యాదరముతో బిలుచుచుండెడివాఁడు. రామలక్ష్మణుల వివాహముతై పోయినవి. భరతుని వివాహము జేయవలసియున్నది. శత్రుఘ్నుఁ డింకను విద్యాశాలయందు విఘ్నేశ్వర పూజవద్దనే కాలము గడపుచుండెను. ఈస్థితిలో నానల్వురుపెద్దలు సమావేశమగుట తటస్థించినది.

నల్వురిలో నొక్కఁడు విశాలవక్షుఁడును, నూతనవస్త్రాలంకృతుఁడును, శిరోవేష్టనధారియునై యుండెను. తక్కినవారు సామాన్య దుస్తుల ధరించి తెల్లని తలపాగలుమాత్రము బెట్టి యుండిరి. మొదటి వేషధారి వారికి బంధువనియు దక్కినవార లచ్చటివారనియు పాఠక మహాశయు లీవరకే గ్రహించియుందురు. ఆనూతనాగంతకుడగు వేషధారి గృహస్థును జూచి "రామానందముగారూ! ఏదియో యొకటి సెలవిండు. నేను వెళ్ళిపోయెదను. ఇదమిత్థము నిర్ణయించి నన్ను పంపివేయుఁడు. ప్రకాశముగారు మీకు దూరస్థుడని తలంపఁవలదు. ఆతఁడు చాల మంచివాఁడు. ధనాఢ్యుఁడు. మీవంశీకుడేగద! మీరింతగా సంశయించుచున్నారేల? సిరిరా మోకాలొడ్డువారలుందురా? కావున పర్యాలోచించి సమ్మతింపుఁడు అని పలికెను.

రామానందముగారికామాట లర్థమయ్యెను కాని యాతని ముఖారవింద మెంతమనో పరిపూర్ణవికసితము గాకుండెను. ఆతని బిడ్డలపైగల ప్రేమమునకు మేరలేకుండెను. ఒక్కతుణమైన వారల జూడకుండ నుండజాలని రామానందము కుమారుని దత్తునిగా నొసంగుమని నచో నంతలో సంతసించునా? ఈకాలములోవలె నాతఁడు ధనదాసుడై దురాశావేశ పరవశుఁడుగాక యుండెను. పురుషార్థములన్నిఁటి నాతఁడు చక్కఁగా గ్రహించియుండెను. పూర్వకాలపు వారివలె నాతఁడు నిష్కాపట్యమనస్కుఁడై యుండెను. అంతట నాతఁడు "బావా!

చెప్పవేమి? మాటలాడక మిన్నకున్నారు. విమలానందముగారి కేదియో యొకటి చెప్పి పంపవలెగదా. మీయభిప్రాయము నేమాత్రము సంకోచింపక వెల్లడిపఱచుఁడు.'' అనుచు సంజీవరావుగారి వంక జూచెను.

సంజీవరావంతట రామానందమునుజూచి "చెప్పుటకేమున్నది. నామనస్సుగూడ నీపోకడనే పోవుచున్నది. ఏమందువా? పూర్వకాలములో నెవ్వరోయొకరు దప్ప దత్తు సాధారణముగా దీసికొనెడివారుగాదు. మానుస్మృత్యాదులుగూడ క్షేత్రజ్ఞులందరి కన్నను దత్తుడు కనిష్టుడుగా నిర్ణయించినవి. పాండుభూపాలాదులుగూడ దత్తపుత్రస్వీకార మొనర్ప నిచ్ఛగించకయే క్షేత్రజుల బుట్టింపఁజేసికొనినారు. దత్తతాస్వీకార మీ మధ్యమధ్యనే హెచ్చుపెరిగినదని తలంపవచ్చును. స్మార్తకర్మానుష్ఠానుశీలురగు వారిచే నివి ప్రసిద్ధిలోనికి దీసికొని రాబడినవి. ఏమన, వారు "అపుత్రస్య గతిర్నాస్తి" యను వచనమును బ్రమాణముగా గైకొనిరి. కాని వారింకను మిగత త్రోవలు విచారించలేదు. భీష్మ మారుతి సుకమహర్షాదులెందఱో బ్రహ్మచారులై, సంతానశూన్యులయియే సిద్ధిబొందిన తార్కాణములుండలేదా? ఆమహాపురుషుల కీర్తి జగద్విఖ్యాతమై, చిరస్థాయిగానుండలేదా? అందుచే నాస్మార్తులత్రోవ నంతగా పాటింపవలసినట్లు కనబడదు. పై ప్రమాణవాక్యమును పురస్కరించుకొని యీమధ్యవారెవ్వరైన నొక్కని దత్తుగా గైకొని కాలము గడపుకొనిరి గాని, చూడగా నాకాలముగూడ మారిపోయినది. మీకుమారులపై మీకుగల ప్రేమ వారికి మీయందున్నదానితో బోల్చినచో హస్తిమశకాంతముగ నున్నది. అట్టిచో నిక్కడబుట్టి, యిక్కడబెరిగి పెద్దవాడైన యీభరతుఁడుబోయి యేమియు పూర్వపరిచయములులేని ప్రకాశముగారివద్ద నిలఁబడి 'అయ్యా, అయ్యా! నాయనా!' యని పిలువగలఁడా? అథవాఅతడట్లు పిలుచుట కలవాటు జేసుకొన్నను, అయ్యది సహజానురాగమును, సహజధోరణినిగల్గి యుండునా? అట్లే నాతడొక

నూతనపరిచితయగు యిల్లాలినొక్కతెను 'అమ్మా! అమ్మా!' యని పిలుచుటకు సిగ్గిలకుండునా? అది యట్లుండనిండు. ఈపిల్లవానికింత సరకు సంపదల విలువయెట్టిదో తెలియదుగదా. విలువ దెలియక నిర్లక్ష్యదశలోనుండి, తల్లిదండ్రుల నదివరకే గుర్తెఱిగి ద్రవ్యాభిలాషచే మఱియొకరిని తండ్రియని మఱియొకమ్మను తల్లియని సంబోధించి చునగలడా! ఇది గాక నింకొకటిచూతము. ఇచ్చినందుకు మనకు పుచ్చుకొనినందులకు వానికి నింతపరువు ప్రతిష్టలు సంపాదించిన సరిగాని లేనిచో 'అయినమ్మ పెళ్ళి, అణఁగెనమ్మరంది' యన్నట్లయినచో పరిహాసపాత్ర మగునుగదా. ఇంకొకమాట దాచక జెప్పెదను. దానివలన విమలానందముగారికి కష్టమగునేమో?" అని పలికి కొంచెము నిదానించెను.

విమలానందముగారంతట "బావగారూ' ఎంతమాట నాకుకష్టమెందులకు? మీకష్టసుఖములన్నియు మీరు చక్కఁగా నాలోచించి చర్చించుచుఁడు. మీవంశీయుల గొప్పయాస్తి, వృథాగా నన్యాక్రాంతముగానేల యని తలంచి, సమయము గనిపెట్టి నేనే దీనిని దారిలోనికి దెచ్చినాను. ఈతరుణము బోగొట్టుకొన్నచో మరల నెప్పటికి రానేరదు.' అనిపల్కి యూరకుండెను.

సంజీవరావుపిమ్మట తనయభిప్రాయము నింకను వివరింపసాగెను. 'బావా! ఇక నేను పర్యవసానముగా జెప్పదలఁచుకొనునది వినుము. వంశాభివృద్ధికై ప్రకాశముగారికి గల్గిన కోర్కె న్యాయమైనదియే, దాని నొప్పుకొనక తీరదు. ఐనను ప్రకాశము వంటి కోపదారిక్రింద మీభరతుఁడు నిర్వహింపలేడనుట నిర్వివాదాంశము. ఒక వేళ మన మిప్పు డంత యాస్తిని జూచుచు నూరక వదలుట కిష్టములేక, భరతుని దత్తుగా నిచ్చితిమా, యాతఁడు వివాహమైన కొన్ని నాళ్ళకైనను ప్రకాశముగారితో వేఱుబడక తప్పదు. ప్రకాశముగారి యొక్కయు మన భరతుని యొక్కయు చిత్తప్రవృత్తులను లెస్సగా బరి

శీలించి యీమాట లనవలసి వచ్చెనుగాని లేకున్నచో దత్తునకేమి ? నిరాక్షేపణగా స్వీయవంశకుడు పుత్రభిక్ష గోరువపుడిచ్చినచో దప్పు లేదు. ఇదిఁగాక యొక్కటి నామనస్సున వేధించుచునే యున్నది. అదిమాత్రము చెప్పక తీరదు. ప్రకాశముగారు ముందువంశాభివృద్ధి మాటనటుండనిచ్చి, పితృకర్మాశక్తితో నీదత్తత గోరుచున్నాడుగదా! ఇఁకముందా పితృకర్మలుగూడ జరుగునట్లు తోచదు. మనకును, పూర్వీకులకు నెంతయో వ్యత్యాసమీకర్మలయందు గానవచ్చుచున్నది. మన మెన్నిటినో యిప్పటికే వదలిపైచి యున్నాము. ఈకర్మలయందు భక్తినానాటికి దగ్గుచున్నది. కేవల కర్మాశక్తిచేతనే నాటఁబడు నీదత్తతాఫలవృక్షము భావిపురుషులచేతిలోని నిష్కర్మ పవిత్రములచే గొట్టబడి నశింపఁబడును. అప్పుడు ప్రకాశమువంటి వంశీకుల విశాలోద్దేశ్యములు సఫలీకృతములుగావు. అప్పుడు నిష్కారణాపరాధము మనము దత్తునియందు బెట్టవలసిన వారమగుచున్నాము. భావియుద్దేశ్యముల కాధారభూతములగు భరతాదులువంశక్రమముగా వారిమనోభీష్టప్రకారమున సంచరించుటకుగాని, పూర్వాచారమునబడి ప్రగ్గిస్రుక్కుటకుగాని మనమే గట్టిచిక్కుల దెచ్చిపెట్టుచున్నాము. ప్రకాశముగారికంత పేరుప్రతిష్టలు శాశ్వతముగ నుండవలెనన్నచో శాశ్వతములైన ధర్మకార్యములు జేయరాదు గాబోలు. ఆబుద్ధి లేశమైన నున్నట్లు కానరాదు. పుత్రునివలన కలుగు సుఖానుభవములే, కీర్తిప్రతిష్టలే, యాతని కన్నులకు గోచరించుచున్నవి గాని యాతనివలన గలుగు కష్టపరంపరలేమియో దెలియజాలకున్నాడు. ఇంతకు నాయన కొక కుమారితగూడ కలదుగదా. సావిత్రివలన తండ్రివంశ ముద్ధరింపఁబడలేదా. అట్లే యీయన మాత్రము కుమారిత వంశముతో నేల తృప్తిపడడు. "యథార్థవాదీ లోకవిరోధి" అన్నారు. కనుక నామాటలు పాటిగా గనుపడక పోవచ్చును. ఇంతకు ముక్త్యేశ్వరరావుగారి యభిప్రాయ మెట్లున్నదియో నను

కొందము వారి యభిప్రాయము మన కన్నివిధముల శ్రేయస్కరము. ఏమండి! పంతులుగారూ! మీయుద్దేశ్యమేమిదియో వెలిబుచ్చుడి" అని తన యుపన్యాసమును ముగించెను.

ముక్తేశ్వరరావుగారంతట లేచి మేఘగంభీరభాషణముల నిట్లని వాక్రుచ్చదొడంగెను. "రామానందముగారూ! మీరును సంజీవరావుగారును సావధానముగా విని కర్తవ్యము నిర్ణయించుకొనుఁడు. నన్నడిగిన ప్రశ్న మిక్కిలి దూరమాలోచించవలసి యున్నదై యున్నదనుట నిజము. మీవంటిసాధుపుంగవు లుత్తమ మధ్యమాధమ నిర్ణయముజేయుట లెస్సయే, కాని మీరిరువురు నొక్కప్రక్కను జేరినారు. నామార్గము వేరై పోయినది. నాశక్తికొలది మీయభిప్రాయమును విమర్శించి నా యుద్దేశ్యమెంతవరకు స్థిరీకరింపఁబడగలదో చూచెదను. సంజీవరావుగారు నుడివిన వాక్యములన్నియు మీరంగీకరించినట్లు మీ భావలోకనమునచే విశదమయ్యెడిని. కనుక వారు నుడివిన విషయములన్నియు నొక్కొక్కటిగా పరిశీలింతము. మనుస్మృత్యాదులు దత్తుని ప్రధానునిజేయు మాటసత్యమే. కాని యీకాలములో స్మృతిశాస్త్రాచారాదులననుసరించువారే కానరాకున్నారు. అట్టివో నొకరిద్దరు వాని నవలంబించియు ప్రయోజనము గాంచరు. వానిలోని గుణాగుణములన్నియు నన్నిజాతి మతములవార లాచరించినపుడే ప్రకటితమగునుగాని యిప్పుడు నిర్ణయింపజాలము ఒక్కటి చూడుడు. దత్తునికన్న నియోగము వలన క్షేత్రమునఁబుట్టింపఁబడినవాడు కూడ నుత్తముడుగా నంకలిఖింపబడినది ఆనియోగమీకాలములో నదృశ్యమైపోయినది అవి యిప్పుడున్నను గర్హితముగాఁ నెంచఁబడుచున్నది. దేశకాలపాత్రములన్నింటి ననుసరించి మీరు చెప్పినట్లు ముందు స్మార్తకర్మలు నశించెడిమాట వాస్తవమే. అవిపోయినను పుత్రుఁడు పుత్రుఁడే యగునుగాని శత్రువగునా? ఒకవేళ శత్రువే యగుననుకొందము. దానికి పిత్రుడుమాత్రమే

ము చేయును? 'అవశ్యమను భోక్తవ్యమ్, కృతమ్ కర్మశుభాశుభమ్' అను నార్యోక్తి ప్రకారము ప్రారబ్ధమనుభవించును. స్మార్తక్రతులేని పాశ్చాత్యదేశములలో మాత్రము దత్తులు లేకున్నవా? అయిన నొకటి మాత్రము గలదు. పాత్రమెఱిగి దానమును, క్షేత్రమెఱిగి విత్తనమును బాతుమని పెద్దలు పల్కుదురు. అదియే ప్రాశ్చాత్య సాంప్రదాయము. వారును, కులమునకును, బంధుత్వమునకును, కుమార వ్యామోహమున కింతగా దోసిలొగ్గక, పాత్రతయే ముఖ్యముగ గమనింతురు. ఇంక ముక్తిమార్గమన్ననో, దత్తతవలననే రానేరదని నాకును తెలియును. మీరు పల్కిన మహర్షులు భక్తులు తరించినదియు సంప్రమాణమేకాని యిదికూడ యొకమార్గమని మీరంగీకరింపకతప్పదు. ఒకనికి కీర్తిప్రతిష్ఠలు వాని పూర్వీకుల వలనగాని, స్వీయశక్తిచేతగాని, కుటుంబములో నెవ్వరివలనగాని, సత్సంతానమువలనగాని కలుగును. అట్లే యుపత్తియు గల్గును. అది పురాకృత కర్మపరిపాకమునుబట్టి యుండును అందుచే భావివిషయములు మీరెంతమాత్రము నిర్ణయింపరాదు. అనుమాన ప్రమాణముచే ప్రత్యక్షలాభకార్యముల నిరసింపరాదు. అయ్యది యభ్రపదమునగల నీరదంబుల నమ్మి తటాకంబులని నీరుదెగగొట్టినట్లుండును. ఇక మన భరతుని విషయముం జర్చించెదను. ఆతని గుణాగుణములిప్పుడే నిర్ణయించుటకు వలనుపడదు. ఆతని కదృష్టరేఖ యుండియే యీకారణార్థమంతయు వచ్చినదని తలంచుచున్నాను. లేనిచో నెక్కడనో బెజవాడప్రక్కను గల పల్లెలోనుండిన ప్రకాశముగారేమి, మీరేమి, పదిసంవత్సరముల క్రిందట నీపిల్లవానిని జూచుటయేమి, తదాది యాతనియందు మనసుంచి నేటికి కబురంపుటయేమి, ఇదియంతయు దైవచిత్రముగా నుండలేదా? ఇందు మానుషప్రయత్నముకన్న దైవచిత్రమే హెచ్చుగా గన్పడుటలేదా? మంచికిగాని, చెడ్డకుగాని, దేనికో యొకదానికి సుము

ముహూర్తము భగవంతుఁ డీవరకే నిశ్చయించియున్నాఁడు. ఇదిగాక సిరిరా మోకాలొడ్డ దగునా? నూరుయకరముల భూస్థితిగల ప్రకాశముగారికి నల్వురు కుమాళ్ళుగల నీవే దత్తునిగా పిల్లవాని నొసంగకపోయినచో, నిఁక నిచ్చునదెవ్వరు? నల్వురు కుమాళ్ళున్నను, వారిపై వ్యామోహ ముదీరని నిన్నొకప్రక్కను, పుత్రశూన్యుఁడై తద్విచారమగ్నుఁడై తపించెడి ప్రకాశముగారి నొకప్రక్కను తూచుకొనుము. స్వకులస్థునకా పాటిసాయముజేయనిదే మన జీవితములు సార్థకము లగునా? పరమార్థ మన నిట్టికార్యము లొనర్చుటకన్న వేరెయున్నదా? కాబట్టి భావిఫల మును నిర్ణయించుట కశక్తులరను మీయుద్దేశ్యముల నొక ప్రక్కకు ద్రోచి, దైవముపై భారమువైచి వచ్చినవారిని తృప్తిపఱచి పంపుట యే కర్తవ్యము. ఇదియనాకుపోలిన తెఱంగు" అని పలికి మిన్నకుండెను.

విమలానందమంతట లేచి "రామానందముగారూ! ముక్త్యేశ్వర రావుగారు చెప్పినవాక్యములు వేదవాక్యములే. వానిని సంశయింప రాదు. 'శుభస్యశీఘ్రమ్మని' పెద్దలు వల్కుదురు. కావున వచ్చేత్రయో దశి సోమవారము మంచిముహూర్తమున్నది. ఆనాడు దత్తతస్వీకారము గావించుకొనుట కనుజ్ఞయిండు." అని పలికెను.

రామానందముగారు ముక్తేశ్వరరావుగారు పల్కిన మాటలతో పూర్వాభిప్రాయమును మార్చుకొనెను. ముక్తేశ్వరరావుగారికి బదులు సంజీవరావేమియు జెప్పలేదు. అందుచే ముక్తేశ్వర రావుగారి యభిప్రాయమే యాలోచన లోనికి మరల దెచ్చుకొనెను. ఇంతకు బీదగనో గొప్పగనో ధనాశలేనివాఁడులేఁడు గదా "ధనమూలమిదం జగత్" అందుచే నాతఁడు తనకేమియు దోచనందున తుదకు భరతుని బిలుతమని, తలంచి యాతని బిలిపించి 'భరతా! నీకు పెద్ద యాస్థి రాబోవుచున్నది. పెంపుబోవుట కిచ్చగింతువా?' అని ప్రశ్నిం

చెను. భరతుఁడంతట సిగ్గుచే 'నాకేమి తెలియును? మీరు పొమ్మనినచో నట్లే బోయెదను.' అని ధైర్యముతో సమాధానము పలికెను. అది యంగీకారముగా గైకొని రామానంద మింటిలోని కేగి భార్యతో నాలోచింపఁగా నామె తప్పక యంగీకరించవలసినదని జెప్పెను. జ్యేష్ఠు లిర్వురుగూడ స్వలాభమును గుర్తించుకొని పెంపొనగుటకే సమ్మతి దెల్పిరి. ఇట్లధిక సంఖ్యాకులు దత్తతాను కూలురుగా గన్పడుటచే రామానంద మంతట ధైర్యము దెచ్చుకొని విశాలానందముగారితో తన యంగీకార సూచకము గావించి యాయన నంపివేసెను. ఈవార్త వాయు వేగమున బ్రకాశముగారి కందజేయబడెను. ఆనాడు ప్రకాశముగారు బెజవాడలో కుఱ్ఱవాని తేజో విలాసము గాంచినదాదిగా నాతనిపై నెందువలననో నొక విధమగు మమకారము గలిగెను. దానికితోడు హరిశ్చంద్రనాటకమున జూచిన లోహితాస్యుని వేష భాషణము లన్నియు నాతని హృదయాకర్షము గావించెను. నాట నుండియు నాతఁడు పుత్రోత్పత్తికై పడరాని పాట్లు పడెను. ఆతని హృదయ ఫలకమున నా ప్రతిమలు చిత్రితములై పోయినదాది నాతనికి పుత్రకాంక్ష విస్తార మయ్యెను అయిదా రేండ్ల వరకు తనకు మరల సంతానము గల్గునని యాసతో నుండెను గాని యవి యన్నియు యడియాస లయ్యెను. ఇంతలో కుమార్తె పరిణయ ప్రయత్నము గావింపవలసి వచ్చెను. ఈసందడిలో నీయూహాలన్నియు గ్రీష్మ కాలమున శుష్కించి భూమిలో నడఁగియుండిన భీజంబులవలె నుండి వర్షర్తువున వెల్లివిరియు భీజంబులవలె నిప్పు డభివృద్ధి నొందుచుండెను.

సుశీలగూడ యానాడు హరిశ్చంద్ర నాటకము జదువుచు బారవైచెనని పల్కియుంటిమి. ఆమెకుగూడ నాడట్టి యూహాలే కలిగెను. గాని పిమ్మట స్వీయగర్భ జనితయగు కుమార్తెను జూచుకొన్న కొలఁ

ది నాయుద్దేశ్యములు మఱు మాయమ్మ్లైపోయెను. కాని యాబీజ ములంకురించకను, నశింపకను సౌజన్య శీలయగు సుశీల గర్భకుహార ములోనే దాగియుండెను. అందుచే నీదత్తత ప్రయత్నమున కామెయు డ్డుగూడ లేకుండెను. కమల వివాహమైపోయిన పిమ్మట కమలాకాం తునిపై నిర్వ్యాజానురాగ మా సుశీల కుదయించెను. ఆతఁడే తమ సుఖదుఃఖముల కన్నిటికి నాధార భూతుఁడని నమ్మసాగెను. ఆతని యభివృద్ధినే సదాకాంక్షించుచు నాదంపతుల కెప్పుడేవి వలయు నో యావస్త్రాభరణాదులు, వస్తుజాలములు భర్తవలన దెప్పించి యిచ్చుచుండెను. గాని ప్రకాశమున కిది నానాటికి బొత్తుగా యిష్టము లేకుండెను. దానికితోడు కమలాకాంతుఁ డుద్యోగమును విసర్జించి యిల్లుచేరినదాదిగా నాతనిపైగల విలువ మఱింత తగ్గజొచ్చెను. పెరటి చెట్టు ముందునకు కాదుగదా. ఇదిగాక దూరపుకొండలు నునుపు, కమలాకాంతుఁడిప్పుడు పనిపాటలు లేనందున నెంత మక్కువగా నత్త మామల వద్దకు జేరుచుండెనో యాతనికంత నిరసనమే ప్రతిఫలమగు చు వచ్చెను. తుదకాతని కుభయ భ్రష్టత్వసిద్ధి యనునట్లుగా నుద్యోగ విసర్జనమును మామగారి నిరసనమును గల్గెను. జరుగుచున్న కొన్నినాళ్ళ కాతఁడు భార్యా సమేతుఁడై మరల యుద్యోగప్రవేశము జేయనెం చెను, గాని యాతని దురదృష్ట వశముచే నయ్యదిలభింప దయ్యెను.

ఒకనాడు ప్రకాశము సుశీలతో తన యుద్దేశ్యము లెరుక పరచెను, గాని సుశీల కది సమ్మతి గాకుండెను. కొంతసేపామె కమ లను గురించి పల్కెను గాని ప్రకాశము ముందరామాటలు పాటిగల వి గాకుండెను. స్వబలమును, యెదుటి బలమును గ్రహించిన సుశీ లయు తానిక నిష్కారణము గా గృహకల్లోలము గావించుటేల యని మనస్సున ననుకొని 'మీయిష్టమువచ్చినట్లు చేయుఁడు కాని కమల నన్యాయము చేయకుఁడు ఇదే నాయభీష్టము,' అని పల్కి యూరకొనెను.

అల్లునిపై ప్రకాశ మదివరకున్న మక్కువఁ జూపక నిరాదరణజూపుదినములలో నయ్యది పురవాసుల కెల్లరికి గోచరమగుచు వచ్చెను. కావున నంటి లోకులు తన యాస్తికి భవిష్యదధికారియగు వానిపై నిట్టి విరక్తిచే మేలనో యని లోలోన తర్కించుకొనసాగిరి. ఈసంగతులన్నియు తెన్నగా గ్రహించిన విమలానందమను పెద్ద మనుష్యుఁడు తనకుమారునికి యాస్తి దక్కకపోయెనను విచారమును మనములో నుంచుకొని తనకడ్డుదగిలిన కమలాకాంతునికి గూడ నీయాస్తి రాకుండ జేయుటెట్లనా యని యదివరలోనే యాలోచించుచున్న వాఁడగుటచే నిప్పుడాతనికి ప్రత్యకారము సలుపగలనని యెంచుకొనెను. ఈతఁడెవ్వఁడోకాదు. మన రాజశేఖరము తండ్రియే. ఇతఁడు పైకి పెద్దమనుష్యునివలెనుండి, పరుల నాకర్షింపగల శక్తి సామర్థ్యములును మితభాషిత్వమును గల్గియుండెను. కాని తనకన్న నెక్కువ గొప్పగా నన్యులా గ్రామమున నుండుట కిచ్చగింపనివాఁడు. అట్లభివృద్ధిగా నున్న వారి నెట్లయినను క్రిందికి బోవు మార్గముల నన్వేషించి పడద్రోయు వాఁడై యుండెను. కాని యివి సాధారణముగా నొరులకు దెలియని విధమున నతిజాగరూకతతో జేయబడుచుండెడివి.

ఒకనాఁడీతఁడు ప్రకాశముగారితో నిష్టాగోష్ఠి సల్పుచుండఁగా నాతఁడు మెల్లగా దన ప్రసంగమును గొనివచ్చి ‘ నిర్భాగ్యులగు నీయల్లుండ్లను నమ్మి యీకాలములో వంశాభివృద్ధికి భంగము గావించుకొను వారెవరుందురు? ప్రకాశముగారూ! మీమాట యేమి జేసితిరి ? మీరు తప్పక దత్తుజేసుకొనుటయే శ్రేయస్కరము. మీజ్ఞాతులు రాజమహేంద్రవరమున నున్నారు గదా. వారికి సంతాన మభివృద్ధిగానున్నదని గూడ వినియున్నాము. మీకు సమ్మతియైనచో నేనాకార్యభారమునంతను వహించి నెరవేర్చెదను. నీవంటివాఁడు పేరునూరుకు లేకపోవుట భావ్యముగా నుండదనియె నాతలంపు ’ అనెను

ఈమాటలకు ప్రకాశ మాలోచించి చెప్పెదనని పల్కెను. విమలానందుని హితోపదేశము ఇదివరకే చక్కఁగా దున్నియుంచిన క్షేత్రమునంబడిన మొలకలవలె దినదినాభివృద్ధినంది వృక్షము లయ్యెను. అవి ఫలితమున కెప్పుడువచ్చునో ముమ్ముందు పాఠకులే యెరుంగఁ గలరు.

సుశీలను సమ్మతింపఁజేసిన యనంతర మొకనాడు ప్రకాశము ముదుసలులగు తన యత్తమామలకడ తనకోర్కెని నివేదించెను. ధర్మబుద్ధిపరాయణులగు నావృద్ధ దంపతులంతట 'నాయనా! నీవు వంశాభివృద్ధికై దత్తు జేసుకొనినచో మాకును సమ్మతమే అందులకెట్టి యాక్షేపణమును లేదు. కాని ప్రకాశం! నీకింకను సంతానోత్పత్తి గలుగుట కవకాశమున్నది. చూడు! అమ్మాయి కింకను ముప్పదియైదేండ్లయినను నిండలేదు. నీవిప్పుడే త్వరపడవలసిన పనిలేదు. తరువాత నీయిచ్చవచ్చినట్లు చేయుము.' అనిపల్కిరి ప్రకాశమంతట రాజమండ్రిలో మన రామానందము గారి దగ్గర మంచి పిల్లకాయలు గలరు. ఈసమయము దాటినచో వారికి వివాహము లైపోవును. ఇతరచోట్ల మనకనుకూలురులేరు.' అని మరల పల్కెను.

"మేము చెప్పవలసినమాటలు చెప్పితిమి. పైనయన్నిటికిని నీ చిత్తమువచ్చినట్లే యొనర్పుమని బల్కితిమిగదా." యని మఱల మాతులుఁడు ప్రత్యుత్తరమిచ్చెను. ప్రకాశమల్లునితో నెప్పుడు నీప్రస్తావన చేయనేలేదు చేసినచో నాతనిమనస్సునకు కష్టమనియో, లేక నాతని పైనిగల నిరాదరణచేతనోగాని యట్టి సంభావనమాత్రము జరుగ దయ్యెను. కమల మాత్రము తనతల్లిమూలమున నావర్తమానమా మూలాగ్రముగ గ్రహించి లోలోన సంకటపడుచునే చేయునదిలేక

ము నే ప్రవహించెను. కమలాకాంతుండు ప్రకాశముగారి మూర్తి తనకు రాక పోయెనని విచారిక్కి నాటి సంభాషణము మామగారికి చెప్పకపోయెనను సంతాపముతో దగ్ధుండగుచుండెను. "అత్తగారి పట్టింపులకేప్పుడు తోడితో పిలువనంపినవాడనే" వగచుచుండెనిదానివలె నాయుడా యవమానభాగముకే విలపించుచుండెను. కాని దీని దీర్చువారెవ్వరు?

ప్రకాశము పిమ్మట వియ్యపురాలు గారికడ కేగి "మీరుపదేశించినట్లే చేయుటకు నిశ్చయించుకొంటిని. ఇంక మీరు రాజమహేంద్రవరము పోయి రామానందముగారి మూడవ కుమారుని నిమ్మని యడిగి వారి సమ్మతి బొందవలయును. వచ్చుదినములలో మంచిలగ్నము కలదు ఆముహూర్తమున జరిగి తీరవలెను. లేనిచో నేచిక్కులు కల్గునో యెవ్వరు చెప్పగలరు?" అనెను. ఆమాటలను వినులానందముగా నెక్కువ లేని సంతోషము వచ్చెను. తమయుద్దేశ్యము నెరవేరుచున్నందుల కతని శుభ్రాంతిలో చక్కనై యానందమును పట్టజాలక "ప్రకాశముగారూ! నిజముగా మీరు ధన్యులు. మీయుద్దేశ్యములు పవిత్రములు. మీమామగారేమైన నడ్డుపెట్టెదరేమో! వారడ్డుజేసినచో మీరు దీని చేయలేరని తలంచియుంటిని? వారేమని చెప్పికొంచెము తెలిపెదరా." అని యడిగెను. ప్రకాశమంతట "మాతులుండు కొంచెము ధ్వని ప్రధానముగా దన యసమ్మతిని గనుబఱచెను గాని పై ననుకూలముగనే ప్రవర్తించెను. వారొకవేళ యొప్పుకొన్నను, లేకపోయినను, నేను తలంచినతరువాత నది మానుకొనుటయా ముమ్మాటికట్లు జరుగదని భావింపుడు." అనెను. "ఆ! ఔను. మనోనిశ్చయము మన నట్లే యుండవలెను. కాని యెవ్వరేది జెప్పిన నట్లు జేయమొగలిమవో, నాపని కంతముండదు. మంచిదికాని మీభార్యాబిడ్డలేమనిరి.?" అని తిరిగి ప్రశ్నించెను. "అందఱిని యొప్పించియేగదా నేనీ కార్యమున దిగినది." అని ప్రకాశము బదులు పల్కెను. తరువాత

ప్రకాశముగారు [illegible] ప్రవరము
[illegible] యిచ్చటి రామానందముగారి గొల్లప్రాంతములో జరిపిన సంభా
షణమంతయు మనకు తెలియును.

విమలానందముగారికొఱకై ప్రకాశము నాడు కృష్ణాకెనాలు
త్రైనువద్ద నిరీక్షించియుండెను. ప్యాసింజరుట్రైను అనివార్యముగా
నాలస్యముగ వచ్చెను. ఆ కారణమే చాలసేపటివరకు ప్రకాశ మచ్చట
నిలువవలసి వచ్చెను. బండివచ్చిన వెంటనే విమలానందము దిగి బయ
టికివచ్చి తనకై యెదురుచూచుచున్న ప్రకాశముగారి కరస్పర్శనమొన
రించి మహా సంతోషముతో "మనకార్యము సఫలమైనది. విగ్రహ
ప్రయత్నమునన్నియు జేయుదము" అని పలికెను. ప్రకాశము కూడ సం
తసించెను. రాజబంధువులందఱకు ప్రకాశము శుభలేఖల బంపిం
[illegible] హస్తప్రసాదము [illegible] బెజవాడనుండి
తెప్పించెను. రామానందముగారికి వారిపుత్రునకు, కోదండర
మునకు రామానందముగారి [illegible] సూక్ష్మచీనిచీనాంబర
ములు వారందఱకు కొని తెచ్చెను. మఱునాడు విమలానందముగారిని
మరల ప్రయాణసన్నాహము జేసి వారినందఱిని తోడ్తెచ్చుటకై పం
పెను. త్రయోదశినాటి యుదయమున ధూమశకటములో వారందఱు
బయలుదేరి యుండవల్లి జేరుకొనిరి.

భరతుని దీసికొని రాజబంధువులందఱు నుండవల్లి గుహాలయ
ములోనికి బోయి యచ్చటి యనంతశయనుని దర్శించిరి. ఆదర్శించిన
వారిలో రామానందముగారి కుటుంబమంతయు గలదు. వారందఱా
దేవతామూర్తికి పూజాదు లొనర్చి, భక్తిచే ప్రణమిల్లిరి. అచ్చటి
దృశ్యములన్నియుగాంచి వారత్యంతానందాబ్ధిలో మునింగిపోయిరి.
భక్తజనశ్రేష్ఠుడగు రామానందముగారవిగాంచి తన్మయత్వము జెంది
రనుటలో నాశ్చర్యములేదు.

దత్తతా స్వీకారము శాస్త్రవిధి సమాప్తించెను భరతుఁడు పేరును నారుచునాఁడే విఘ్నేశ్వర, లక్ష్మీనారాయణస్వాముల పూజగావించెను. తమకుఁ దత్తతా స్వీకారము యథాశక్తిగా నెరవేర్చఁబడెను. రామానందముగారును, తక్కిన బంధువులు కొన్నాళ్ళచ్చటనుండి వారివారి యిండ్లకేఁగిరి. ప్రకాశముగారు వారందఱి నుచితరీతిని గౌరవమొసఁగి పంపిరని వేరుగఁ బలుకనక్కఱలేదు. భరతుఁడు ప్రకాశముగారియింటిలో కాలిడుచుండగనే దొడ్డిలో నొకయావుదూడ మరణించెను. దానియకాలమరణమునకై యెవ్వరు పశ్చాత్తాపమునొందలేదు. కాని కమలాకాంతుని తల్లిదండ్రులుమాత్ర మిదియొక దుశ్శకునముగనే భావింపఁజొచ్చిరి. కండ్లయెదుట గన్పడు నా దృశ్యమునుగుఱించి వారెవ్వరితోను పల్కకుండిరి.

భరతుఁడు రెండు మూఁడు నెలలవఱకు ప్రకాశముగారియింట మితభక్తితో మెలఁగుచునే వచ్చెను. వానిభక్తికి పురవాసులందఱు శ్లాఘింపఁసాగిరి. ఒకనాఁడు భరతునికి రాజమండ్రినుండి యొకజాబు వచ్చెను. అతని తల్లిదండ్రులవద్దనుండి యని ప్రకాశముగారు తలంచిరి. భరతుఁడు పొలమున కేఁగియుండుటచే నాయుత్తరము ప్రకాశముగారే తపాలవానికడ యందుకొనిరి. దానినూడఁదీసి చదువఁగా నీక్రింది విధముగా నుండెను.

శరణాలయము, రాజమండ్రి.

ప్రియా! నినెడబాసి యేగినదిమొదలు నిన్ను జూడనివిచారముచే నేను నిరంతర దుఃఖపరవశనై యున్నాను. అదేమియో గాని, నిన్ను గాంచినదాది, నీపైననే నాయంతరాత్మ వ్రాలినది. నీవిఁక నిచ్చటికి వచ్చుభాగ్యము తలఁచుగా గల్గదు. ఒకవేళ కల్గినను, మానసమావేశము దుర్లభమగును. నీవు నన్నెప్పుడు పరిణయనిశ్చయమునకై రమ్మనెదవో తెలుపుము. నీపాణిగ్రహణ మెప్పుడుకల్గునాయని నేను నిరీక్షించుచు

న్నాను. నీయనురాగమునకై రాగలతిక యెప్పుడు స్మరించుచున్న దను మాట మఱువకుఁడు. ప్రత్యుత్తరమునకై వేచియున్న మీ ప్రేయసి.

"రాగలతిక"

ప్రకాశమీ యుత్తరము జదివినంతనే యాతని గుండెలు ఝల్లు మనెను. "అయ్యో! మోసమైనది. ఈకులట వీనికెక్కడ దాపరించి నది. చూడఁగా నితఁడు దానిని వివాహము జేసుకొనదల్ఁచి సమ్మ తించినట్లున్నాఁడు. వీనివలన నేను కులభ్రష్టుఁడను గావలయునా? వెంటనే వీనికొకపిల్లను దెచ్చి వివాహము జేయవలయును. లేనిచో గార్యము మించిపోవును. అని తలంపసాగెను.

భరతుఁ డింటికి వచ్చెను. కాని తండ్రియగు ప్రకాశమాత నితో మాటాడలేదు. ఆయుత్తరమునుమాత్ర మాతఁడు బల్లపై బారవైచెను. తన విలాసముగల జాబును భరతుఁడుజూచి మెల్లగా దాని నందుకొనెను. పిమ్మట నాతఁడు తన గదిలోనికిబోయి యా లేఖ నాద్యంతము జదువుకొనెను. అందలి విషయములకును, అయ్యది దత్తజనకుని కంట బడుటకు నెంతయో చింతపడెను. నిత్య మిల్లు సేరగనే పొలము పనుల వివరమంతయు నడిగెడి జనకుఁడానాడు దగ్గఱకువచ్చినను పల్కరించకుండుట కిదియే కారణమని భరతుఁడు నిశ్చయించుకొనెను. లోలోన భయపడుచు నాతఁడటునిటు తారాడ జొచ్చెను గాని ప్రకాశమునకుగల కోపమంతయు లోలోపలనే యుండు చుండెను. ఇట్లు రెండుమూడు దినాలు జరిగెను. ఇంతలో భరతుఁడేదే యో నొకవంకజూచుకొని రాజమండ్రివెళ్ళి రావలయునని సంకల్పించు కొని యుండెను గాని కారణము దొరకలేదు. తానైపోయెద నన్నచో నీయుత్తరమే కారణమని జనకుఁడు మన్నింపఁడని తలపోయసాగెను. రాగలతిక వ్రాసినయుత్తర మొకవంకను, జనకుని మౌన మొకవంకను నాతని బాధించుచుండెను. అందుచే నాతనికి రాత్రులునిద్ర పట్టదు

చెను. అప్పుడు తరుణము జూచుకొని రాగలతిక పాదములపై వ్రాల గల్గుమనాశని మూతిసిమున మాందోళన పడసాగెను.

ఆందోళన కొంచెమునుజేరి తొందర పెట్టినపుడే సందియము లన్నియు ... యూహా పరంపరలు బయటికి వచ్చుచుండును. అని చెప్పు ... గాని యనుభవజ్ఞానము గలుగదు. మానవుని సకల ... సల్లే. అందు ముఖ్యమగు మనస్సుతో యోచించుకొలంది దానికి తగిన స్థితిగతులన్నియు గరతలామలకము లగుచుండును. భరతుఁడట్లే తన స్థితిని గూర్చి యొకింతసేపాలోచనా నిమగ్నుఁడయ్యెను. ఏకనాటి రేయి నిద్ర బట్టక నావిషయమునే యాలోచించుచుండఁగా నాతని కొక యూహదోచెను. తానుపోయి జనకుని చూచివచ్చుటకై యూపన్యాగము సమంజసముని తోచెను. ప్రకాశముగారికి తెలియకుండ తన జనక తండ్రికొక యుత్తరమును వ్రాసినచో నాతఁడు తననేమ్మని వర్తమాన మంపుననియు, నప్పుడు ప్రకాశము తప్పక తన్నంపుననియు నాతఁడు నిశ్చయించుకొనెను. ఆయూహతో నాతని మనస్సు కుదుట బడెను. ఆనాడాతఁడు సుఖ నిద్రజెందెను.

మరునాడుదయముననే భరతుఁడులేచి యొక యుత్తరమును రామానందముగారికిని మరొకటి రాగలతికకును వ్రాసి తపాలులో వైచెను. ఈసంగతి ప్రకాశముగారికిగాని మరెవ్వరికి గాని తెలియదు.

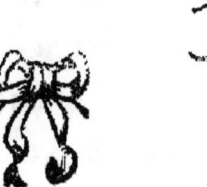

చతుర్థప్రకరణము.

(రాగలతిక)

రామానందముగారు యింటిముందర వసారలో కూర్చుండి భగవద్గీతా పారాయణము గావించుచుండిరి. అతఁడు నిత్యము ప్రత్యూషముననే లేచి గోదావరీ పుణ్యతీరంబున గ్రుంకి, విభూతిని దాల్చి శుభ్రవస్త్రధారియై యింటికి వచ్చి యొక గంట పారాయణము జేయుచుండును. ఆపారాయణ సమయమున నెవ్వరు వచ్చినను సాధారణముగా నాతని పల్కరింపఁబోవరు. ఒకవేళ పల్కరించినను సంజ్ఞలతో నాతఁడు కూర్చుండుమనును గాని యన్యవిషయాసక్తుఁడై యుండడు. ఇదిగీతాపారాయణము వలన కలిగిన నిగ్రహత్వమే. ఆనాడు తపాలువాఁడొక యుత్తరమును దెచ్చి యతఁడు పారాయణము జేయుచున్నది గనిపెట్టి యాతనికడనే దాని నుంచి పోయెను. రామానందమా పారాయణమును ముగించినతరువాత దానిని విప్పి చూచెను. అది భరతునివద్ద నుండి వచ్చినదని యాతఁడు గ్రహించెను. చిరకాలమునకు భరతునివద్ద నుండి లేఖవచ్చినదిగదా యిందేమైన విశేషము లుండకతీరవని యాతఁడు మిక్కిలి శ్రద్ధతో జదువనాగెను. అది యిట్లుండెను.

'జనకా! నమస్కారములు సన్నిధికంపిన దాదిగా మీకడ నుండి నాకుత్తర ప్రత్యుత్తరములులేవు. మీరును నాయనుంగు దల్లియు, నన్నలును, దమ్ముఁడును, సుఖముగా గాలక్షేపము సేయుచున్నారనియే భావించెదను. మిమ్ముల నందరిని జూడవలయునని నేనత్యంతాతురతతోనున్నాఁడను. కాని నాదత్తజనకునికడ నీప్రసంగము దెచ్చుటకై వెఱచెదను. ఆతఁడేమనునోయని నాసందియము. ఒకసారి

మీరుగాని నాకసులుగో నచ్చినప్పుడుగాని వచ్చినచో దర్శనమిచ్చి నన్ను వెంటబెట్టుకొని పోవుదురని నమ్ముచున్నాను. ఇంటనెల్లరు కుశలురే నాయుడుగారికి నమస్కారములనే యున్నది. చిత్తగించవలయును

భరతుడు.'

భరతుని యుత్తరము జదువగనే యాతనికి పరమానంద మయ్యెను. సంతోష స్వాంతుడగు రామానందములేచి లోనికేగి భార్యను జూచి 'ఏమే? భరతునివద్దనుండి నేడు జాబువచ్చినది. అతడు క్షేమముగనే యున్నాడట. మనల నందరిని చూడవలెనని వ్రాయు చున్నాడు. ఎవరైన వచ్చి తన్ను దోడ్కొని పొమ్మనుమనియు, తనకుదానై వచ్చుట యింకను ప్రకాశముగారి నడుగుట భయపడు చున్నట్లు వ్రాసినాడు" అనెను.

అంతట నామె 'నిజమేనండీ! పాపము పసికూన నెక్కడనో యెఱుగనిచోట నిచ్చివచ్చితిమి. వాని కప్పుడే యేమి స్వతంత్రముండును? వాడు బెంగపడి యీయుత్తరము వ్రాసియుండును. మన రాముని బోయి తోడ్కొని రమ్మని పంపండి. ఎన్నాళ్ళయినది వానిని చూచి? అప్పుడే వ్రాసిన ప్రకాశముగా రేమందురో యని నేనింతవరకును మీకు వ్రాయమని చెప్పలేదు. అయ్యో! మగబిడ్డ పట్టలేక వాడే యుత్తరము వ్రాసినాడు. వానికున్న శ్రద్ధ మనకేదీ?' అని పలికెను. ఆర్ద్ర హృదయుడగు రామానందముగారి కామాటలే సరిపోయెను. అతని మనస్సు ద్రవీభూతమై భరతునిపై మరలి పోయెను. రాముడింటికివచ్చిన వెంటనే ప్రయాణముజేసి యుండవల్లిబోయి ప్రకాశముగారితో చెప్పి భరతుని తోడితెమ్మనియు, మఱల నాలుగు దినములలో వచ్చునని చెప్పుమనియు జెప్పి పంపించెను.

రాముడు బయలుదేరి తిన్నగా బెజవాడమీదుగా నుండవల్లి జేరెను. అంతవరకు ప్రకాశము భరతుని పల్కరించనేలేదు. పల్క

రించినచో తనకు కోపమూగలదని ప్రకాశమునకు దెలియును. అందువల్ల నది రసాభాసముగ నుండునేమోయనియు నవమానముగ నున్నచో బెట్టుగ తనకు భయపడి భరతుఁడు నడచుకొనవచ్చుననియు నాతఁడూహించుకొనెను. రాముఁ డింటికివచ్చినంతనే ప్రకాశ మానాడమితమర్యాదల జేసెను. వారి బంధుమిత్రాదులందరి క్షేమసమాచారములను వివరముగా నడిగెను. రాముఁడు వాని కన్నిఁటికి సదుత్తరములిచ్చెను.

భరతుఁడాందోళనాపూరితుఁడై యుండుటచే నాతని ముఖవిలాసముచెన్నుదొరగియుండెను. మనః ఫలకమున జిత్రింపఁబడెడు దృశ్యములన్నియు. ముఖ దర్పణముననే మనముకనుంగొనుట స్వాభావికచిత్రము అట్లే భరతుఁడు వికాసహితుఁడై యున్నట్లుండ లేదని రాముడు కనిపెట్టెను. ఇదిఁగాక నాతనియెడల ప్రకాశము భరతునితో చనవుగా సంభాషించుటలేదు. ఇదంతయుజూచినకొలఁదిని రాముని మనస్సులో నొక విధమగు సంకోచ మేర్పడెను. కాని కారణ మూహించుటకు వీలుగాకుండెను.

రాముడచ్చట నెక్కువనాళ్లుండలేదు. ఒకటిరెండు దినములుండి సమయోచితముగ ప్రకాశముగారితో తాను వచ్చినకారణ మెఱింగించెను. భరతుని రాజమహేంద్రవర ప్రయాణము ప్రకాశమున కెంతయు నిష్టము గాకుండెను. కాని దాని నాటంకపరచుట కేమియు వీలుదొరకలేదు. ఇప్పుడు భరతుని పంపనన్నచో రామానందముగారు మిక్కిలి సంశయింతురు. భరతుఁ డచ్చటికేగినచో రాగలతికయు భరతుడును కలిసి పోవుదురేమో! ఇట్టి భయముచే నాతఁ డిదమిత్థము వెంటనే నిర్ణయింపఁజాలక పోయెను. ఈయన సంధిగ్ధావస్థను గనుపెట్టి రాముఁడు 'ఏమిటిబాబూ అంతగా సంశయించుచున్నారు! భరతుఁడు మాయింటికివచ్చినచో, మరల వెంటనే రాఁడనియా? పదిదినములలో తిరిగి

పంపెదము లెండి! మా నాయనయు, తల్లియు వానిని జూడవలెనని యొకే రీతిగ కలవరించుచున్నారు వారి కండ్లయెదుట నొక్కనారి బడినచో, నిక వానికేమి పనియుండును?" అని సమాధానవాక్యములు పలికెను.

రాముఁడు తనను సంశయించుచున్నాఁడని ప్రకాశము గ్రహించిన వెంటనే 'ఆఁ నాకు సంశయమా? అట్టి సంశయమేల? లేదు. కాని భరతుఁడు యుక్త వయస్కుఁడైనాడు. ఆతనికిఁక పరిణయ ప్రయత్నము జేయవలెను. పట్టణవ్యామోహములలో నితఁడు జిక్కినచో సంసార కష్టసుఖము లన్నియు దెలియజాలవు. అంతకుదప్ప వేరుసందియము లేదు నాయనా! తప్పక పదిరోజులలో పంపించుము.' అని పల్కుచు భరతుని బిలిచి 'భరతా! మీ తల్లిదండ్రులు నిన్ను చూడఁగోరుచున్నారట. వెళ్ళి చూచివత్తువా!' యని పలికెను. భరతుఁడామాటలు విని సంతోషస్వాంతుఁడై 'ఆఁ పోయివచ్చెదను.' అని బదులు పల్కెను. భరతుని మఱల పల్కరించుటకు ప్రకాశమున కదియే మొదటిసారి. ప్రకాశ మంతట భరతుని జూచి మనసులోని విషయము పట్టఁజాలక 'వెళ్ళివచ్చెదవుగాని యచ్చటనేమియు కొంటె పనులు జేసిరాకుము. నీవు యుక్తవయస్కుఁడవైతివి. నీవిపుడెట్లొద్దికతో పిన్నపెద్దల తారతమ్యము గుర్తెరింగి నడువవలయునో, దెలిసికొనగల స్థితియందున్నవాఁడవు. లేనిపోని పట్టణ వ్యామోహములలో జిక్కి యొడలు మఱచి యుండకుము. ఇదె నీకు చెప్పుచున్నాఁడను. తెలిసినదా?' యనెను.

'తెలిసినది.' అని భరతుఁడు ప్రత్యుత్తరమిచ్చెను.

ఈమాటలతో రాముని సంశయము మరింత దృఢపడెను. పిమ్మట రామభరతులిద్దరు ప్రయాణోన్ముఖులై వచ్చి ధూమశకట మారోహించి యారాత్రికి రాజమండ్రి జేరిరి. వారిని గాంచినంతనే

రామానందము నాతని సతీమణియు పరమాహ్లాద సంభరితాంతః కరణులైరి. పిమ్మట భరతుని కుశల ప్రశ్నము లనేక విధములుగా చేయసాగిరి. ఆహార విహార విశేషములు, సుశీలా ప్రకాశముల యనురక్తి విషయము, కమలయు, కమలాకాంతుడు చూపెడి యభిమాన విశేషములు విమలానందము కమలాకాంతుని తల్లిదండ్రులు గన్పఱచు నాదరములు మున్నగు నవి యెల్లను గ్రుచ్చి గ్రుచ్చి యడుగసాగిరి. భరతుఁడు వానికి తోచినట్లెల్ల నన్నిటికి సమాధానము లిచ్చుచుండెను. ఆతని తల్లి యాతనిఁజూచి 'ఏమిరా? నాయనా! చిక్కినట్లున్నావు. నెమ్మలను చూడని బెంగ వేసికొనినట్లున్నావు? నీకచ్చట తినుబండారములలో లోటులేదుగదా' యని మఱల మఱల నడుగసాగెను.

పుత్రోత్సాహమను నది స్త్రీ పురుషు లిద్దరకు సహజ సిద్ధమైనను అభ్యాస కాలనేకముననుసరించి పరిణామ దశలయందు మార్పు గానుండును. ఏమన, పురుషార్థములలో నరునకు, పుత్రోత్సాహము గల్గు సమయము 'భాసమహాకవి సుమతి శతకమున వర్ణించియున్నాఁడు.

కం॥ పుత్రోత్సాహము తండ్రికి
పుత్రుఁడు జన్మించినపుడె పుట్టదుజనులా!
పుత్రుని గనుగొని పొగడఁగ పుత్రోత్సాహంబు
నాడు పొందుర సుమతీ॥

కాని స్త్రీల విషయ మట్లుండదు. నవమాసములు మోసి కని పెంచిన విశేషములవలననో లేక తమకన్న నుత్తమజాతియనియో గాని స్త్రీలకు మగపిల్లలని నంతనే ప్రాణములు లేచివచ్చును. వారు పుట్టినదాది నవరసోత్సాహ వంతులగుదురు. చివరకా పుత్రుఁడెట్టి

వాఁడైనను వానిపై మమకార మాతల్లికి తీరదు. కాని దుష్టవర్తనుఁడైనవాఁడు పుత్రుఁడయ్యెనా పురుషున కంతతీపి యుండదు. అట్లని పొత్తుగా ప్రేమలేదని గాదు. ధృతరాష్ట్రునివలె పుత్రవ్యామోహముచే కర్తవ్యసిద్ధిగాంచనివారు కూడ లోకమున లేకపోలేదుగాని వారుపురుషార్థపరులలో జేరరు. రామానందముగారి భార్య భరతు నట్లు గ్రుచ్చి గ్రుచ్చి యెన్నియో విధముల బరిశీలించుట జూచి రామానందము తనకు ఏమిటీ పిచ్చి పిచ్చి ప్రశ్నలు? ప్రకాశముగారు వానికి తిండిలోటుగూడ జేయుదురని మా? అట్లయినచో నాతఁడెందుల కీతని దీసికొనిపోవును? ' అనెను. భరతుఁ డామాటలకు లజ్జించి తల్లిని జూచి ' చిక్కనులేమి. ఏమీ లేదు. అన్నియు బాగుగనే యున్నవిలే. ' అని పల్కెను. నాటి సంభాషణ మంతటితో ముగిసెను.

మరునాడు భరతుఁడు మెల్లగా వీరేశలింగముగారి యుద్యానవనమునకు విహారాభిలాషచే వెడలెను. ఆవన విహారోద్దేశ్యము రాగలతికా సందర్శనాభిలాష మేయని చదువరు లెరుంగుదురు. రాగలతిక కాయుదయముననే యొక పరిచారిక మూలమున దనరాక నెరింగించెను. అతఁ డుద్యానమునకు బోయి యొకటి రెండు నిముసము లయ్యెనో లేదోగాని విద్యుల్లతా విగ్రహయగు నారాగలతిక శరవేగమున బరుగెత్తుచు వచ్చెను. అది జూచి భరతుఁడు ' లతికా! ఇక్కడ నేమియు మించిపోలేదు. కొంచెము నిదానించియే రావచ్చును. అంతత్వరగా నడుచు టేల? లేనిపోని యాయాసమేల దెచ్చుకొనెదవు? అని పరిహాస సూచకముగా బలికెను. ' దీని కంతటికి నివేకారణము. ఇంకను తొందర యేలని యాపల్కుచున్నావు ? నీకట్లేయుండును. గడచిపోయి తినిగదాయని తలఁచుచున్నావు గాబోలు. ఆడవారిపాట్లు మగవారెట్లు తెలుసుకొనగలరు ? ' అని యాయువని యెక్కసక్కెముగా తిరిగి బదులు పలికెను.

రాగలతికకు పదునారేండ్లు నిండినవి. వన్నెలుచిన్నెలు నిప్పుడిప్పుడే యేర్పడుట కారంభమైనవి. సరసీరుహ సదృశమగు నానారీమణిపాయగమంటిన కందిపోవునట్లుండెను. ఆముఖారవిందముపై చిఱునవ్వులమధ్య మఱింత ప్రకాశించుచు శరశ్చంద్రికాదీప్తిని బోటిసేయుచుండెను. ఆతన్వీమణి తనూవిలాసము మేల్మిబంగరును ధిక్కరించుచుండెను. ఆలావణ్యవతి శృంగారమునంతను వర్ణింపఁజాలము. కరపాద పల్లవ పంకేరుహాయనియు. గురుకుచ బింబాధరియనియు, రాజీవనేత్రి యనియు, జగన్మోహిని యనియు, జెప్పి మేమా రాగలతిక తనూవిలాసవర్ణనమును గట్టిపెట్టెదను. నిజముగ రాగలతిక యనురాగలతికయే యని చెప్పవచ్చును. ఆమె కొక్కకొఱంతమాత్రము గలదు, సౌందర్యమునకుతోడా మందగమన కొక్కటియున్నచో నామె డెందమున కమితానందముగ నుండెడిదిగాని యదియందని మ్రానుపండై పోయెను. ఆ రువ్యఫలమునకై యాసించి రాగలతిక యంతటితో విరక్తినొందక భరతానురాగ వృక్షమునువేసి, నిత్యదోహదమొనర్చుచు పెంచి తత్ఫలసిద్ధికై నిశ్చలప్రేమ సమాధిలోనుండి నిరీక్షించుచుండెను.

పాపము రాగలతిక బాలవితంతువు. అందువలననే శరణాలయములో జేరుట సంభవించినది. ఆమె తల్లిదండ్రులు మిక్కిలి ధనవంతులు హేలాపురంబున వారు వ్యాపారముజేయుచు నష్టైశ్వర్యములతోఁ దులదూగుచుండిరి. రాగలతిక కెనిమిదవయేట మహావైభవముతో వివాహము జేసిరి. మచిలీపుర వాస్తవ్యుడును, వాడవ్యాపారియునగు రామేశంగారిపుత్రుఁడు మోహనరావుగారి. బాలను సమర్పించి.

రాగలతిక యొక్కసారి మాత్రమే తన యత్తవారింటి కేగెను. గాని యెప్పుడైనను తన మనోహరుఁడగు మోహనరావుగారితో

ముఖాముఖి నెప్పుడు సంభాషించియెఱుగదు. అట్టియవకాశ మామెకెన్నడు కలుగనేలేదు. ఆమె యత్తమామలచాటుననే భయభక్తులతో నుండవలసివచ్చెను. అందుచే నాతని నాపాదమస్తక పర్యంతమైనను గన్నులారజూచి యుండెనో లేదో దృఢముగా చెప్పజాలను. అప్పటికింకను రాగలతికకు యౌవనప్రాదుర్భావము కాలేదు. అందుచే మోహనరావుపై ననురాగాంకురము లుద్భవిల్లుట కవకాశమే లేకపోయెను. అత్తవారింటికిపోయిన కొలదినాళ్ళకే తల్లిదండ్రులు తిరిగి యామె నింటికి దీసుకొనివచ్చిరి గాని మఱల నామెను పంపుభాగ్యము లభింపఁదయ్యెను. కొలది మాసములలోనే మోహనరావు పరలోకవాసుఁడగుట తటస్థించెను.

మోహనరావు రాగలతికను పరిణయమాడుటకుముందే యుక్తవయస్కుఁడై యుండెను. గొప్ప వ్యాపారకుటుంబమునకు జెందినవాఁడగుటచే నాతనిచేతికి వచ్చునట్లెల్ల వ్యయము సేయగాగెను. పేరునకు కొన్నాళ్ళు బడికేగెను గాని యచ్చటవానికి విద్యోపార్జనయందు ధ్యానమేమియు లేకుండెను. తదుపరి వానితల్లిదండ్రు లాతనిని వ్యాపారములో బ్రవేశపెట్టిరి. అప్పటినుండియు నాతనిచేతికి ధారాళముగా డబ్బుదొరకుచుండెను. వ్యాపారవిషయమున నాతఁడనేకపట్టణములకు బోవలసియే యుండెను. అందుచే నాతఁడిఁక దురాలోచనలకును, దుష్టవర్తనముల కలవాటుపడఁ జొచ్చెను. సౌందర్యశీలలగు వేశ్యలకాతఁడు వశ్యుఁడై పోయెను. ఏపట్టణమునకుబోయిన నచ్చటి రిఫ్రెష్మెంటు గదులలో నాతఁడే కనుబడుచుండెను. ఆహారవిహారపానీయములలో నాతఁడిష్టమువచ్చినట్లుగా దిరుగుచు, గవ్వలు, గచ్చకాయలవలె ద్రవ్యమును వెచ్చించుచు, నేదియో తప్పులెక్కలుజెప్పియు, కొన్నిలెక్కలు జెప్పకయు తలిదండ్రులను మఱపించుచు, కొన్నాళ్ళకు వారిని ధైర్యముగా బూకరించి

ప్రత్యుత్తరము లిచ్చుచు కాలము గడుపజొచ్చెను. ఇంక నాతనికి తక్కువేమి? తనవంటి విద్యావ్యాపారుల సంఘములో జేరుకొని వ్యాపార విషయములు కూడ వదలివైచెను. దురలవాటులన్నియు క్రమముగా బట్టువడెను. సుందరియైన మందగమనను జూచెనా దానితో పొందుగా వలసినదే. ఇట్లలవాటైనవాటిలో త్రాగుడొకటి. అతడు చేయుపనులన్నియు జూచి తల్లిదండ్రులేమియు జేయజాలక యాతనికర్మ మెట్లయినగానిమ్మనివదలిపెట్టిరి. ఇట్లు రెండుమూడువత్సరము లయ్యెనో లేదోగాని యాతని యారోగ్యము జెడిపోయెను. క్రమముగా నాతడు మంచమెక్కెను. స్వయంకృతాపరాధముగా జేసిన దుష్కర్మలకన్నిటికి నాతడు బ్రతికియుండగనే ఫలములనుభవింపవలసిన వాడయ్యెను ఎన్ని విషతుల్యములగు మందులు ద్రావినను, వ్యాధి నివారణము గాకుండెను. ఆతనికి కడుపులో పెద్దపోటు గల్గుచుండెను. అది భరింపశక్యము గాకుండెను. లోనికేదయైన తినవలెనను యాసయుండెనుగాని యాతనికా కడుపునొప్పి వలన భక్షించుటకు శక్యము గాకుండెను. తల్లిదండ్రులు ధనవంతులగుటచే మోహనరావుకొఱకెందఱో వైద్యులను బిలిపించిరిగాని వారి వైద్యములన్నియు నిష్ప్రయోజనము లయ్యెను చివరకేత్రోవబోవువాడిచ్చినను, ఏపుట్టలో నేపామున్నదో యని తలంచుచు నట్టికూరగాయ వైద్యములుగూడ చేయించిరి. గాని కర్మ పరిపక్వము గాదయ్యెను.

అనేకులగుహకీములు, ప్రాశ్చాత్యవైద్యులు, ఆయుర్వేద పారంగతులు మున్నగువారెందరో తఱచి విడచినదానిలో వ్యామోహమును గాక కూరగాయవైద్యములు కుదుర్చుననియా?

ఇవి యిట్లుండగనే వీరి లక్ష్మీసంపన్నతను గాంచి ద్రవ్యము హరించుటకై యెందరో భూతవైద్యులు, మంత్రగాండ్రు తంత్రగాండ్రు బయలుదేరిరి. దృష్టిదోష నివృత్తిపరులు మున్నగువారనేకులు జేరి వారి

ద్రవ్యమును పలువిధముల కొల్లబెట్టిరిగాని యావంతయు ప్రయోజనము లేకయ్యెను. తుట్టతుద కాతఁడు మంచమే మరణముగా గొన్నాళ్ళు తీసుకొని యావేదనలబడి పడి, శరీరము కృషించగా హతాశుఁడై పోయెను.

ఇంతలో కాలయముని దూతలాతని యాజ్ఞానువర్తులై మోహన రావు కడ జేరి కాలపాశములచే నాతనిజీవము బంధించి కొంపోయిరి. అప్పుడు రాగలతికకొరకై తంతివార్త యొసఁగబడెను. రాగలతిక తలిదండ్రులు మిక్కిలి విచారమనస్కులై యామెను దీసుకొని యచ్చటి కేగిరిగాని వారు మృతదేహమును మాత్రమే గనుగొన గల్గిరి. పసికూన యగు రాగలతికయు నందఱేడ్చుచుండుటజూచి, తన మగడు చనిపో యెనని చెప్పగా నాతని మృతకళేబరముకడ కేగి కొంతసేపు దుఃఖించె నుగాని యాకన్య నిజముగా దనబాధ్యత నెఱింగి విలపించినదిమాత్రము కాదు. కర్మకాండ యంతయు జరిగిపోయిన పిమ్మట రాగలతికను తల్లి దండ్రులు తమ గృహమునకుం గొని వచ్చిరి. అప్పటినుండియు రాగల తిక మగనిగృహమున కేగనే లేదు.

తమ కండ్లయెదుట వైధవ్యదశలోనున్న బిడ్డను జూడజాలక రాగలతిక తలిదండ్రు లామెను చదువువచ్చిన దానితోనైన గాలక్షేప ము జేసుకొనుచుండునుగదా యని శరణాలయమునకుం బంపిరి. వారు వేరు పాఠశాలకంపవలెనని మున్ముం దాలోచించిరిగాని యప్పుడప్పుడే విజృంభించుచున్న వీరేశలింగ వితంతుశరణాలయ విద్యాభివృద్ధిని గాంచి మెచ్చుటనైననేమి యని మనసు పిల్లదానికి చదువుబాగుగావచ్చిన కుదుర్చుకొని స్నేహితుల యాలోచనముపై నచ్చటికి బంపిరి. కాని వారి కంతవరకును రాగలతికకు పునర్వివాహ ప్రయత్నము గావించు దలంపు లేకపోయెను.

రాగలతిక క్రమముగా నీనాల్గువత్సరములలో గొంతవర కర్థజ్ఞానము సంపాదించే, చదువరి యయ్యెను. ఇఁక నిప్పుడామెకు నవలలు విస్తారముగా జదువుటయందభిరుచి యేర్పడెను. శరణాలయములోని విద్యాశాలలోనవి పఠనీయములు గాకపోయినను, తీరిక వేళలలో నట్టివి జదువుటకెట్టి యభ్యంతరములు లేకుండెను. ఆనవాలా గ్రంధరచనము నందు గన్పడు దాంపత్య విశేషములు, వయోశ్శృంగార విలాసములు హావ, భావ, విలాస విభ్రమ చైతన్యాదులా యాపాత్రలచే బ్రదర్శింపఁబడుటలు చదివిన కొలఁది నామెకు దాంపత్య రహస్యము ప్రేమ తత్వము, కాముకృత్యము లన్నియు గరతలామలకములుగా బోధపడుచుండెను. అనుభవజ్ఞాన మొక్కటిని నానానవ యౌవని యెఱుంగని దొక్క శృంగార కళయును లేదన వచ్చును. మనోహర సురసీర భాదులపైనను సుందరతమ వస్త్రాలంకారములపైనను సుగంధ ద్రవ్య సంచయములపైనను ఆ పూర్వ సువాసినికి తలఁపులు మెల్ల మెల్లగా నుద్భవించి వృద్ధి నొందుచుండెను. క్రమముగా నాతలఁపులు వలపుల క్రిందకిమారి చెలికత్తెల ప్రోత్సాహ వాక్యములచే ననుభవ వేద్యమగుచుండెను. ద్రవ్యలోప మెఱుఁగని రాగలతిక తండ్రి పిల్ల యేమడిగిన పంపుచుండువాఁడు. ఇక చీని చీనాంబరములకు జపానుపట్టు పీతవస్త్రమ్ములకునుజాళువాపసిడి చొక్కంపు రవికలకును, జాకెట్లకును శిరోజములకు సుగంధతైలాదులకును, ముఖదర్శికులకును లోటు లేనే లేదుగదా. అందుచే రాగలతిక చెలికత్తె లేదిచెప్పిన నది వెంటనే తండ్రికి వ్రాసి తెప్పించుకొనుచుండెను. లేదా ఆతఁడు పైకము పంపినచో రాణ్మహేంద్రపురమున దొరకునదైనచో నచ్చటనే గొనివైచుచుండెను. ఇట్లానవయౌవని యాశరణాలయమున దన గదికొక మహారాజ సౌంధంతర కేళీగృహ రాజమువలె సత్యాకర్షణీయ వస్తుజాలములతో నింపివైచెను. భరతుండా జగన్మోహనదివ్య

సుందర విగ్రహమును జూచి మోహించుకనే పాప్రేమ మయస్వరూప మును మనసార ప్రోలుప వశానిముద్రగోపించి యుండెను. పిమ్మట వారికిద్దరి క్రింది సంభాషణము జరిగెను.

భర—లతికా! నీవానాడెట్టి యుత్తరము వ్రాసితివోగాని, దానిని జూచినప్పటినుండియు నాకన్నియు కష్టములే తోచుచున్నవి. అప్పటినుండి యిప్పటివరకును నామనసు కుదుటబడనేలేదు. నీవా జాబెంత స్పష్టముగా వ్రాసితివి! నాగుట్టంతయు రట్టుజేసితివి. దానిని నాదత్త జనకుండు చూచినాడు.

రాగ—మేలేమైనది చల్లకువచ్చి ముంత దాచనేల? ఎన్నాళ్ళని గూఢభావములతో నుండగలయును. పదుగురిలో నన్ను పెండ్లాడదలచిన ప్పుడు భయమెందులకు? అంతపిరికివాడవైనచో ముందే నాకాసంగతేల దెల్పవైతివి? ఇంతకు మీజనకుండేమనెను?

భర—నాతో నేమని యనలేదుగాని యాలేఖజూచినదాదిగా నాయందాగ్రహావేశుండై యున్నాడు. రాజమహేంద్రవరమున నట్టి చ్చిపనులుగాని చేసిరాకుమని యన్యాపదేశముగా మందలించినాడు.

రాగ—ఇంతేగదా. ఇంతిమాత్రమునకై మీరు భయపడవ క్కఱ యుండదు. ఈసారి మీయింటికి వెళ్ళి నేను రాగలతికను ప్రేమించియుంటిననియు, దానిని దక్క నొరులను వివాహమాడననియు, రాగలతికను చేయనిచో నేనాజన్మాంతము బ్రహ్మచర్యవ్రతమైన నవలంబింపుదు ననియు, మీ జనకునితో బల్కుము. పిమ్మట కార్యము చూచుకొననచ్చును.

భర—ఇంకను నేనట్టిసాహసము జేయలేకున్నాడను.

రాగ—అట్లయినచో నన్నేలవలచి, వలపించితివి?

భర—దానికేమి? నేనిప్పటికిని కాదనుచున్నానా?

రాగ — కారణసరు, చేసెదజననరు. ఇకనేమి సాము బావివ్వరు, ఒకతేను పరుగిడుచున్నారు. సిగ్గుమాటలు నా కర్ణశూలగులలేవు.

భర — అంత మర్యాద్యముగా, సంతసంస్కృత పదభూయిష్ట మైన భాషను నేను మాటలాడుటలేదే?

రాగ — మీరు బల్కెడిది జచ్చు తెలుంగు గాబోలు.

భర — అదియనుగాదు. సర్వజన సులభ్యమగు గ్రాంధికమే.

రాగ — ఆగ, ఇకమన కేమిగావి, నేను చెప్పునట్లు చేయుదురా? లేదా?

భర — (ఆలోచించి) చేసెదనుగాని యిప్పుడుగాదు.

రాగ — మతెప్పుడు?

భర — ఏమంత త్వొందరయూ?

రాగ — అవ్వను. త్వొందరగా ఆ జేము నిది చచ్చినదాకనండి నవా పెండ్లిజేసుకొనుటకి ఈశూగశర్కనము నాకు కాగలలేదు

? క — గొప్పిమైలో యనిచాను బ్యగ్రో ని సంతోజేయుట

రాగ — అదికాక, బహిరంగప్రకాశు వెంటనే జరుగనలేదు.

భర — నేనివో?

రాగ — ఆనిమయము దెల్పుటకయియే యాసమావేశము.

భర — లతికా! ఇన్నిమాటలేల? నాజీవితములో సంకోకకన్యను వరింపనని భాషచేయుకున్నాడను కినికి దప్పినవో నేనన్ని సద్గతులకు దప్పినవాడ ఉయ్యెదను. తెలిసినదా? ఇదిచాలునా?

రాగ — చాలదు. ఇన్నాళ్ళుని గడువొసంగనలేను.

భర — గడువా? గడువెట్టియ్యగలవు?

రాగ — ఏమో! ఎట్లిచ్చెదరో! అపాటి ధైర్యము లేకున్న నెల్లు?

భర — ప్రియా! ధైర్యములేక కాదు. కార్యభారమంత త్వరిత ముగా నెత్తిపై వేసుకొనుటలయని సుమీ! నాతల్లిదండ్రులు తలంచి

నప్పుడే స్పష్టముగా జెప్పితిని, యప్పటినుండి మనసున్నాకాములోనుంచ మని. యిప్పుడంతయు దెలిసినదా?

రాగ—అప్పుడు నీజననీ జనకులు నీమాటలు పాటిగొననిచో?

భర—దానికేమియు భయమెుంచను. అప్పటి నాధైర్యసాహసములు నీవే చూడఁగలవు.

రాగ— ఏమిచెప్పెదనండి? ఇప్పుడు లేదుగాని, అప్పుడెప్పుడో చూచెదనట.

భర—సరి. అట్లయినచో నీకొక వత్సరము గడువు నిర్ణయించెదను.

రాగ—మంచిది. దానిని తప్పరాదు సుమీ. తప్పినచో నేను దప్పక మృతినొందెదను. అందుచే నీ స్త్రీహత్యా పాతకమంటుకొనును. ఇది యెఱిఁగి ప్రవర్తింపవలెను.

భర—సరియే. నేను దానికి బాధ్యుడను. యిప్పుడు నీకు తృప్తియైనదా? ఏదీ నొక ముద్దిమ్ము.

భరతుడట్లు పల్కఁగనే రాగలతిక మోమున మందహాసము తాండవించుచుండెను. ఆమె కొంచెము వెనుకకు జరగి "ముద్దులకేమి? ఇఁక మీయొద్దకు జేరినపిదప ప్రొద్దులన్నియు ముద్దులకే గదా." యని పరిహాసమాడెను. భరతు డావాక్యముల సందుజూచుకొని యామె చెక్కిళుల బదేపదె ముద్దువెట్టుకొని యధరామృత పానమొనర్చెను. లతికయు మోహపరవశయై యాతని బిగ్గ కవుంగలించుకొనెను. ఆనవయువకులట్లు ప్రేమపూరిత హృదయులై యుండఁగా నింతలో తోటమాలిరాక వారి చక్షురింద్రియములకు గోచరమయ్యెను.

ఆప్రేమారాధకులర యెదుటనుండుటకు సిగ్గిలెనోయన, జగచ్చక్షువు పశ్చిమ భూభాగమునం దిరిగి ప్రకాశించు వ్యాజమున నస్తాద్రిదాటిపోవుచుండెను. నానావిధ విహంగముల సంకుల కలకలారావములన్నియు

నాభాన గోపాలమునకు శ్రోత్రపర్వము లగుచుండెను. ఆపక్షిసంతానములు దినమెల్లను గష్టించి యాహారసంపాదన మొనర్చుకొని కులాయములం జేరుట జూచువారల 'కష్టే మనమేలచేయరాదు? సోమరులమై మనమేల కాలము వెళ్ళబుచ్చవలె'నను నీతిని వారివారి హృదయపుటంబులం దంతరాత్మ ప్రవేశింపఁజేయుచుండెను. సాంధ్యకిమ్మీరకాంతిచ్ఛటలు నల్దెశలఁ బ్రాకి ప్రకృతినంతను బంగరుమయము గావించుచుండెను.

గండుగోయిల లప్పుడు మధురస్వనము లీనుచుండెను. శ్రావ్యమైన యా యాలాపంబులు కర్ణపుటంబులంబడి యొకప్రక్క హాయినింపుచుండఁగా నేత్రపర్వంబగు నాప్రకృతి వైచిత్ర్యమును గాంచుచు, నప్పుడప్పుడే మెల్ల మెల్లగా జల్లనై వచ్చుచున్న పిల్లవాయువుల నానందించుచు సరససల్లాపములతో బ్రొద్దుపుచ్చుచుండిన యాదంపతులకు కాముకాదు ప్రేమోపాసకులకా తోటమాలిరాక హృదయతాపమునకు కారణమయ్యెను.

తోటమాలి యంతట వారలఁజూచి "ఏమండీ! నేనింటికేగుచున్నాను. ఇప్పుడు మీరు బయలువెడలరానిచో నీరాత్రి కిచ్చట నేయుండవలెను." అనెను. వానిగంభీరసంభాషణమాలకించి రాగలతికా భరతులు మారుమాటాడక వెలుపలికి వచ్చిరి. రాగలతిక భరతునివద్ద సెలవుదీసికొని పునర్దర్శనమునకై యెన్నియో వాగ్దత్తములందికొని శరణాలయమున కేగెను. భరతుఁ డామెవంక నేజూచుచు గొంతసేపునిలఁబడి, యామె యదృశ్యమైనంతనే తనయింటిదారిబట్టి పోయెను.

భరతుఁ డచ్చటనున్న పదిదినము లవలీలగా గడచిపోయెను. పాతస్నేహితు లందఱితోడ నాతఁడాదినములు బుచ్చివైచెను. వేళకన్నముగూడ సరిగాదినక వారితో విహారము లొనర్చివైచెను. కాని యొకప్రక్కను రాగలతికకిచ్చిన వాగ్దత్తమెట్లు సఫలీకృతమగునాయని విచా

రింపసాగెను. అది దలంచుకొనినపుడెల్ల నాతని కన్నులు సహింపకుండెను. సాహసించి యేరికి జెప్పుటకును తోచదయ్యెను. ఆసంతాపభారముచే నాదినము లోకవిధముగా గడచిపోగా జననీజనకులవద్దను, సోదరులందఱియెదను సెలవుదీసికొని యాతఁడు మెల్లగా పయోమార్గసాయమున నొంటిరెండు యామములలో నుండవల్లిని జేరుకొనెను. సుశీలా ప్రకాశముగార్లచ్చటి బంధువులందఱి యోగక్షేమములు విశదీకరింపబడెనని వేరుగ నుడువనక్కఱలేదు.

పంచమ ప్రకరణము.

దురాలోచన

అరుణుఁడప్పుడే యస్తాచలము దాటి పోవుచుండెను. దోషాకరుఁ డల్లనల్లన వియత్పథమునకు వచ్చి తారాపరివేష్టితుఁడై వసింప నారంభించెను. నాఁడే నెలపొడుపుదినము. అందుచే నాతని కాంతులు ప్రకాశమానముగ లేవు. లేవెన్నెల లోకమంతయు బర్విననుదేవాలయ గర్భాలయములలోని మినుకు మినుకు దీపములవలెనే యుండెను. కృష్ణా స్రవంతియొడ్డున నొక యున్నతసైకతస్థలంబున నాకీనీడలో నిరువురు యువకులు కూర్చుండియుండిరి. అందొక్కఁడు తనదృష్టిని నింగిపై బరపి దోషాకరుని సాయముగోరి దీర్ఘాలోచన తత్పరుఁడై యున్నట్లు గన్పడును. ద్వితీయుఁ డంబరవీథిని బఱుపక దనచూడ్కుల నేలపైఁ బ్రసరింపఁజేయుచుండెను. ఈతఁడుగూడ నేదియో యొక టాలోచించుచున్నట్లు తోచుచున్నది గాని యాతనిడెంద మాందోళనాపూరితమై యున్నట్లు స్పష్టము. అందువలననే యాతనిదృక్కు లెక్కడికిని బ్రాకక మందమై వసుంధరపై వ్రాలుచుండెను, కొంతసేపటికి వారిద్దఱి క్రింది సంభాషణము జరిగెను.

రెండవవాడు—మిత్రమా! కథనంతయు వింటివిగదా. దీనిపై నీయభిప్రాయ మామూలాగ్రము దెలియఁజేయుము.

ప్రథముడు—సఖా! ఇంతవరకు నీవు చేసినదంతయు సమంజసముగనే యున్నది. కాని యిప్పుడు పెద్దలకు భయపడి నీయాత్మ స్వాతంత్ర్యమును కోలుపోయితివా? రెంటికిం జెడ్డ రేవణివలె నయ్యెదవు. నీ విహపరములకు దూరుఁడవౌదువు. లతిక చెప్పినట్లు నీకు స్త్రీహత్యా పాతకమంటుకొనుట కీషన్మాత్రము సందియముమ లేదు.

రెం—అందువలననే నింతగా విచారింపవలసి వచ్చినది. నా మనమున త్రికరణశుద్ధిగా తిలకను చేపట్టవలెనని నిశ్చయించియే యున్నాను. మిన్ను విరిగి మీదపడ్డను నేను లెక్కచేయువాఁడనుగాను. కాని యిప్పుడు ముందుకు బోయిన నూయి వెనుక కేగిన గోయివలె నాస్థితి యున్నది. నేను ధర్మద్వేషియు పితృద్వేషియు గావలసి వచ్చుచున్నది.

ప్ర—నీవీకార్యము జేసినచో జననీ జనకులకు సంపూర్ణద్వేషివగుదువను మాట వాస్తవమేగాని దాన నీకేమియు ప్రమాదము లేదు. ధర్మము మాట కట్టిపెట్టుము.

రెం—ద్వేషినైన చాలదా? కావలెనని కోరి పెంచుకొన్న జనకుఁడే ద్వేషించుచో నింకేముండును? ఐనను ప్రమాదము లేదందు వేల?

ప్ర—ఇంతమాత్రమెరుంగవా? ఇది సర్వసాధారణమైన విషయమే.

రెం—నాచిత్తమునకింక నది తోచనేలేదు.

ప్ర—ఈమధ్య ప్రకాశముగారికి జబ్బుజేసినపు డాతఁడు తన యాస్తినంతయు నీపేర దఖలుపరచియుండలేదా?

రెం—నిజమే. ఐననేమి?

ప్ర—ఓయీ! నీవింకను బెరటిత్రోవనే యున్నావు. దఖలు పరచిన పిమ్మట నిన్నాతఁడేమి సేయఁగలఁడు? నీయిష్టమువచ్చినట్లాతఁడా జన్మాంతము పడచుకొని తిరవలెను. లేనిచో నాతని పోషణా కొరకై యింతయని భరణముమాత్రము గ్రహించును.

రెం—అదియా? ఆత్రోవలేదనికాదు. ధర్మాచరణమునకై యాతఁడు నన్ను దత్తుగొనెనుగదా. నేను కులవిచక్షణ లేకనే వర్ణాంతర వితంతూ ద్వాహము జేసుకొన్నచో నాతని పాల్పెట్లగునని? అనఁగా నైహిక చింతతో గాక పారమార్థిక దృష్టితోనే నాలోచించుచున్నాను.

ప్ర—అవి యన్నియు శాస్త్రప్రకారమే విచారించినచో, నీవా క్రియడుగిడఁ జాలవు. నీకు వచ్చునది స్త్రీ హత్యా పాతకమే.

రెం—అయ్యో! నేనెరుఁగక నీవత్తత కిష్యకొంటిని. లేనిచో నన్ని కడగండ్లు రావుగదా. ఆనాడు నాకన్నతండ్రితో నీమాటల నెప్పినచో నన్నిరాకపోవును. ఇప్పుడేదియో యొకటి తెంచివేయవలసి వచ్చినది,

ప్ర—కోర్టులో తఖఁదూఫ్ఫి కోర్టుకు పోయినను వెరువరాదు. నీవు నేచెప్పినట్లు జేసినచో నన్నియు చక్కఁబడును. చేసెద నన్నచో జెప్పెదను.

రెం—ఇదియొక ప్రమాణమా? చేసినవి చాలునులే. చెప్పుము. చేయదగియున్నపుడు చేయక దానిని చేయ జార విడుతునా? కానిమ్ము.

ప్ర—ఏమందువా? రాగలతిక వివాహమాడక తప్పదని ప్రకాశముగారితోనీవు స్పష్టముగా నీరాత్రియే చెప్పుము. ఆయన నీమీద యాగ్రహపడెనా దానికి లక్ష్యము జేయకుము. ఒకవేళ నాయింటినుండి వెడలిపొమ్మని యనెనా, నీకిచట నిల్లెచ్చటిది? నీవే వెడలిపొమ్ము.

అని ధైర్యముతో బదులు పలుకుము. తరువాత సంగతి జూచుకొందము.

రెం — నాకన్న తల్లిదండ్రులుగూడ నన్ను బహిష్కరించినచోఁ?

ప్ర — బహిష్కరింపనిమ్ము. నీ యంతట నీవే సుఖముగా రాగలతికను వివాహము జేసుకొని స్వేచ్ఛగా కాపురము జేయవచ్చును.

రెం — అయ్యో! రాగలతికా ఎన్నిచిక్కులు దెచ్చితివే?

ప్ర — అదిగో మరల నధైర్యపు పలుకులు బలుకకుము. దానికిచ్చిన ప్రతిజ్ఞయు, దానిపైనాపై శపథమును నీమనః ఫలకమున జిత్రించుకొని సర్వదా దానిని జూచుకొని ధైర్యము వహింపుము.

రెం — ఇఁక నీవు చెప్పినట్లే జరుగవలెనని తోచుచున్నది.

పిమ్మట నాయిర్వు రచ్చటనుండి లేచి గృహాభిముఖులై నడచిరి. త్రోవలో నెవ్వరుగాని యెట్టి ప్రస్తావనము జేయక వారి వారి యిండ్లకు జనిరి. వారిద్దరు మనకు చిరపరిచయులే. ప్రథముఁడు విమలానందముగారి ముద్దుకుమారుఁడు రాజశేఖర మనియు, ద్వితీయుఁడు మనభరతుఁడేననియు పాఠకు లూహించియే యుందురు.

భరతుఁ డింటికి జేరగనే మిత్రప్రేరితుఁడైన యాతని కమిత ధైర్యము చేకూరెను. ప్రకాశముగారి యాస్థియంతటికి నతఁడే కర్త గదా యని తలంచుకొను కొలఁదిని వాని పిరికితన మదృశ్య మయ్యెను.

ప్రకాశ మింతలో దన యాస్థికి దఖలు వ్రాయక పోవువాఁడే గాని భరతుఁడు వచ్చిన రెండు నెలలకే యాతని కొక పెద్దజబ్బు జేసెను. అప్పుడాతఁడు నిజముగా మరణించు ననియే యెల్లవారును దలంచిరిగాని భగవంతు డాతనికిచ్చిన యాయుశ్శేష మింకను మిగిలి యుండెను. ఆరుగ్మతలో బంధువులు నల్వురు జేరి ఆస్థిని దాఖలు వ్రాయించిరి. దత్తున కట్టి చిక్కులు రావని ప్రకాశము తలంచెనుగాని

జ్ఞాతులెక్కడవచ్చి మీఁదబడుదురోయని వారందఱు భయపెట్టిరి.
కమలకప్పటి కిద్దఱు పుత్రులు గల్గిరి. వారికేమాత్రమాస్తి జెందుటకు
నిచ్ఛగింపని ప్రకాశమాభయములోనే యాపత్రమును వ్రాయించెను.
ఆకాలములో సుశీలపేర నాలుగు యకరములభూమి వ్రాయఁబడెను.
గాని దానినిగూడ సుశీలానంతరము దత్తపుత్రుఁడే యనుభవించునట్లు
లిఖింపఁబడెను. తాను బ్రతికినచో దన్ను పోషించుభారముమాత్రము
భరతకుఁబిదని స్పష్టపఱుపఁబడెను. కమలవిషయమై సుశీల యెంతయో
చెప్పిచూచెనుగాని ప్రకాశమా వ్యాధిబాధ నొకప్రక్కను, కమల
ప్రస్తావ మొకప్రక్కను తనకు సూలములైనట్లుగా బొబ్బలిడుచు
మూర్ఛించి, వినక యిదివరకిచ్చినది చాలదా? రెండువేలరూప్యములు
కట్నముగా నిచ్చియుంటిని. వస్త్రాభరణములెన్నియో దిగవేసితిని. నీక
ప్పుడు దానికి దోఁచిపెట్టవలెననియే. ఆశకు మితిలేదు. అక్కడగతిలేదను
సామ్యముగ నున్నది.' అని సమాధానము చెప్పెను. సుశీల నల్వురలో
నామాటల వినలేకను పడలేకను, తానుజేసిన పొరబాటునకు తానే
కర్మమనుభవింపవలయునుగదా యని లోలోన దుఃఖించుచు నాదుఃఖ
మునడంచుకొని మిన్నకుండెను. ఈసంభాషణమప్పుడు కమలయు, కమ
లాకాంతుఁడు నచ్చటలేరు. దఖలుపత్రమంతయు విమలానందముగారి
యాలోచనముపైననే వ్రాయఁబడెను. కమలాకాంతుని తల్లిదండ్రులా
పత్రము జదువునప్పుడుండిరిగాని వారెట్టియాక్షేపణమును జెప్పఁగలచు
కొనరైరి.

ఇదిజరిగిన కొలఁదిదినములకే ప్రకాశ మారోగ్యము బొందజొ
చ్చెను. ఆతఁడు పునర్జన్మబొందెనని యెల్లరును తలంచి నిత్యమువచ్చి
చూచి పోవుచుండిరి. వచ్చిన బంధుమిత్రాదులకందఱికి నాతఁ డుచిత
మర్యాదలజేసి పంపుచుండెను కొన్నిమాసములలోనే యాతఁడు సంపూ
ర్ణారోగ్యవంతుఁ డయ్యెను.

విమలానందముగారి సోదరుఁడగు బ్రహ్మానందముగారి కొక కుమారిత గలదు. ఆబిడ మన కమలవంటిదే. వయస్సునగాకున్నను విద్యారూపవిభవములనాకన్య సాటిదేనని పలుకవచ్చును. కానియాకన్యకకుగూడవిమలానందముబుద్ధులు కొన్ని లేకపోలేదు, పైకి నిరాడంబరముగను, నిగర్విగను, ఆమె యుండునుగాని లోలోనదాను పెద్దయింటపుట్టిన దాననను నహంకారమును. దనతో సమానులు లేరను గర్వమును గల్గియుండును. అందుచే నితరుల నంతగా నామె లక్ష్యపెట్టెడిది మాత్రము కాదు. ఆకన్యారత్నమును భరతునకిచ్చి పెండ్లిచేయుటకై ప్రకాశము తలంచియుండెను. దీనికంతటికిని విమలానందమే మూలకందమని పాఠకులూహింపఁగలరు. కట్నములపై యాసలేని ప్రకాశమా వధు నిశ్చయమునకై ప్రయత్నమేమియు జేయనక్కఱలేకుండఁగనే యాపె తలిదండ్రుల నామోదమును బడసెను గాని భరతుని సమ్మతియే గావలసి యుండెను

ప్రకాశమొకనాడు భరతుని బిలిచి "భరతా నీకీసంవత్సరము పెండ్లిజేయ నెంచినాను. బ్రహ్మానందముగారి వియ్యమును నీకు చేయుటకై మాటలాడుచున్నాను. ఇది చాల మంచిసంబంధము. మనలో కలసిన వారు. ఊరిలోగల చుట్టరికము. నీవు దీనికి సమ్మతించినచో, రాగల మాఘమాసములో వివాహప్రయత్నము గావింతును." అనెను.

భరతుఁడు మాటలాడలేదు. నిస్తబ్ధుఁ డయ్యెను.

"ఏమి? నీయభిప్రాయమును స్పష్టపఱుపుము. బ్రహ్మానందము గారు త్వరపడుచున్నారు." అని ప్రకాశము మఱల ప్రశ్నించెను.

ఆడబోయినతీర్థ మెదురైనట్లుగా భరతుఁ డిదివఱకే ప్రస్తావింపఁ దలంచియుండుటచే నాతనికిది మంచివీలుగ నుండెను.

భరతుఁ డేదియో చెప్పఁబోయి కొంచెము వణఁకెనుగాని మఱల ధైర్యము దెచ్చుకొని యిట్లనెను. "నాకేసంబంధ మక్కఱలేదు."

ప్రకా—మరేదికావలెను?

భర—దానిని ముందు నిశ్చయించి చెప్పెదను.

ప్రకా—నీనిశ్చయమే తెలియఁగనిదికాదు. రాగలతిక నేనా?

భర—అవును.

ప్రకా—అది వితంతువు. అన్యకులసంజాత. కావున కూడదని చెప్పుచున్నాను.

భర—నాకదియే యిష్టము. నేను చిన్నతనముననే దానిని ప్రేమించితిని. ఏమైనగాని, దానిని పరిణయమాడవలెనని నాసంకల్పము.

ప్రకా—భరతా! ఇట్టి పిచ్చియూహలు కట్టిపెట్టుము. నేను నిన్ను కోరితెచ్చుకొనినందులకిట్లో నన్ను తిరింపఁజేయుము. నన్ను వర్ణసంకరునిగా జేయఁజూడకుము. నేనా దుర్వార్త భరింపఁజాలను.

భర—రాగలతికదప్ప నాకితరకన్య యక్కఱలేదు.

ప్రకా—కోపించుకొనుచు "రాగలతిక గావలసినచో, నాయింటనుండి వెడలిపొమ్ము.

భర—వేళాకోళముగా నీయిల్లయినచో నక్కఱలేదు.

ఇట్లనుచు భరతుఁడు తనగదిలోని జరచురనేగెను. ప్రకాశమున కెక్కడలేని యాశ్చర్య భయావిషాదము లొక్కమాఱుగా గల్గెను. ఆలోచించుకొని ప్రకాశము "అయ్యో! ఎంత బుద్ధిహీనుడనైతిని." అని పలుమారనుకొనసాగెను. ఈసంభాషణము సాంతమగునప్పుడే సుశీల లోనికివచ్చెను. అదివరకామె యభ్యంతరమందిరమున వంట గావించుచుండెను. భర్త విచారముతోబల్కు నాతుదివాక్యములామె కర్ణపుటంబులం బడెను. ఆర్ద్రభావమ్మై సుశీల భర్తసన్నిధికేగి "ఏమిటి విచారించుచున్నారు? భరతుఁడేమనెనేమి?" అని ప్రస్తావించెను.

"భరతుఁడా! భరతునివలన నేను పతితుఁడను కావలసివచ్చి ది. అట్టి యపాత్రుని దెచ్చుకొన్నందులకు నాక్షేత్రములన్నియు కల

టలపాలు గావలెనఁట. అయ్యో! వీఁడు నాకు శాత్రవుఁడై పుట్టియుండెను గాబోలు గాని పుత్రుడుగా గనుబడడు. ఆనాఁడు మాతులుఁడు బల్కిన మాటలఁ ద్రోసివేసిన పాతకమునకీ ప్రతిఫలమనుభవింపవలయును. మిత్రునివలెనుండిన విమలానందముగారు చెప్పినవాక్యములనే నమ్మి, మాతులుని శాత్రవునివలె నిరాదరించిన నాకెట్టిహితము గల్గును", ఇంతకుఁ నొరుల ననవలసినదేమి? నేనే బుద్ధిహీనుఁడనై యీ యపాత్రుని కిల్లును, భూమిని వ్రాసియిచ్చితిని" అని ప్రకాశము విలపింపసాగెను.

భరతుఁడు క్రోధమూర్తియై తనగదిలోనుండి యాతని విలాపము లాలకించుచుండెను. తనను దూషించుపల్కులు విన్నకొలఁది నాతని దేహము పులకరించుచుండెను. ఆతఁడు తన శరీరమునే మరచిపోయెను. ఇఁక దండ్రిని మఱచుటలో సంశయమేమి? క్రోధఘూర్ణితాత్ముఁడై యాతఁడు మఱల గదినుండి బయటికివచ్చి "నేనపాత్రుఁడను, నీవుపాత్రుఁడవునా? నేను నీకు శాత్రవుఁడనా? మంచిది. అట్లె యనుకొమ్ము. ఇఁక నీవు పడుపాట్లు చూచుకొనుము." అని పల్కెను.

"ఛీ! గాడిదా! నోరుమూయుము. నిన్నెవ్వరు బిలిచిరి? నాపాలిటి యమదూతవు. లోకైకనింద్యుఁడగు దుర్యోధనరూపముం గొ వచ్చితిని. నీవు రాక్షసుడవు ఇంకను సిగ్గులేక నెదిర్చి మాటలాడుచున్నావా?"యని ప్రకాశమనెను. "ఇఁక నీమాటల బడెడువాఁడను గాను. నేనిపుడు యుక్తవయస్కుఁడను. సర్వాధికారిని. ఇష్టమున్నచో నీవిక్కడనోరు మెదల్పక యుండుము. లేనిచో చూడుమేమిచేసెదనో?" భరతుఁ డనెను.

ఇట్లా తండ్రి కుమారుల మాటలంతకంతకు హెచ్చి ముదిరిపోయెను, అవి కొట్లాటపర్యంతమగునట్లు కనుబడఁగనే యిరుగుపొరుగు

వారాలకించి వచ్చి వారిద్దఱకు వేరుపఱచిరి. భరతుఁ డచ్చటినుండి వెంటనే యదృశ్యుఁడయ్యెను.

ప్రకాశముగారి విచారమున కప్పటినుండియు మేర లేకుండెను. ఆనాఁడు మొదలుకొని యాతఁడు సరిగా భోజనముసేయుటయే లేదు. సుశీలకు రెండుమాసముల క్రిందనే గర్భోత్పత్తి యయ్యెను. సుశీల గర్భఫలమునకై పరితపించిన ప్రకాశమున కావిషయము స్పష్టమైనకొలఁది సంతోషమునకు మారు పరితాపమే గల్గుచుండెను. ఆతనిపని జుట్టుచేతికిచ్చి ముడ్డితో గంతులువైచినట్లుండెను. మరణవేదనతో తుల్యమగు పరితాపవేదన మాతఁడనుభవించుచు వచ్చెను. విమలానందము మున్నగు వారెల్లరు ప్రకాశమును జూడవచ్చిరి. గాని వారిని చూచుటకే ప్రకాశమునకు సిగ్గగుచుండెను. మహాపరాధ మొనర్చిన యపరాధివలెనే ప్రకాశము బయటివారల కదృశ్యుఁడై పోయెను. ఒకనాఁడు విమలానందము ప్రకాశముకడఁజేరి "ఏమిటి ప్రకాశం! నీవిట్లొంటరివై దీర్ఘచింతతోడే కాలము గడుపరాదు. నీదినము లిట్లో వెళ్ళిపోఁగలవు. వాఁడు మనమాటలు విని బాగుపడెనా మంచిదే. లేనిచో వానికర్మమునఁబడి వాఁడే పోవును. మావాఁడు స్వేచ్ఛగా దిరుగుటజూచి నేనేమిచేయఁగల్గితిని. నీకేమి? నీవే యిట్లున్నచో సుశీల యెట్లుండును? పాపమది గర్భిణి నీవలన దాని యారోగ్యభంగము గలుఁగనీకుము. ధైర్యము వహించి యుండుము. నేనువానితో మెల్లగా ముచ్చటించి చూచెదను.' అని మధురముగా భాషించెను.

ప్రకాశమా యౌదార్యవాక్యముల కొంచెము తేరి "ఆమూర్ఖుఁడు మీరుగాని మఱెవ్వరుగాని చెప్పినచో వినువాఁడుగాఁడు. మీవాఁడింత మూర్ఖుఁడుకాఁడు. ఇదిగాక నీవానాఁడు పత్రము వ్రాయించనిచో, నెట్లుండెడిదోగాని యిప్పుడాతనిస్థితి మారిపోయినది." అని పల్కెను.

"ఇల్లువచ్చునని మనమూహించితిమా ? కానిమ్ము చూచెదను." అని విమలానందము ప్రత్యుత్తరమిచ్చి వెడలిపోయెను.

భరతుఁ డానాడట్లు ప్రకాశముతో నెదిరించి సంభాషించిన తరువాత యచ్చటికి వచ్చిన రాజశేఖరముతో గలసిపోయి వారిద్దరు నాలోచించుకొని బెజవాడ జేరిరి. అక్కడనున్న మారువాడివర్తకులకు కొంతభూమిని తనకాబెట్టి వారికి గావలసిన ద్రవ్యమును దీసుకొనిరి అయ్యది సాధారణపు వడ్డీపైగాక మూడువంతు లధికముగ నుండెను. ఆద్రవ్యముతో భరతుఁ డచ్చట నొక యింటి నద్దెకు దీసుకొని రాజశేఖరమును తాను స్వేచ్ఛగా నివసించుచుండెను. భరతుఁడీ విధముగా ప్రకాశముగారి బాధను దప్పించుకొనగల్గినను జనక తల్లి దండ్రుల భయమొక ప్రక్కను వేధించుచుండెను. గాని రాజశేఖరము మాటలతో నాతఁ డుత్సాహ పడఁజొచ్చెను. భరతుఁడు ప్రకాశము గారితో పోట్లాడి బెజవాడలో కాపుర మున్నట్లుగా నచ్చటికిబోయి చూచినవా రెవ్వరో రాజమంఢ్రిలో రామానందముగారి చెవిలో నూదిరి. ఆతఁడత్యాశ్చర్య పరవశుఁడై యపరిమితాందోళనాయత్త చిత్తుఁడై భార్యాపిల్లల కెరింగించెను. ఆతనికిప్పుడు దూర ప్రయాణము జేయుశక్తి లేకుండెను. వాస్తవ మెఱుఁగుటకై యాతఁడు రామలక్ష్మ ణులను తోడుజేసి బెజవాడకు బంపించెను. రామానందముగారు వారిని బంపివేసి పిమ్మట నీరీతిగా విచారింపసాగెను.

"అయ్యో! ఆనాడే నేను వీనిని దత్తుగా నిచ్చుట కియ్యకొన కుంటినిగాని విమలానందము ముక్తేశ్వరరావుగారలు నామనసును త్రిప్పివైచిరి. దానికి వీండ్రందరు తోడ్పడిరి. కొండంతయాస్తి నిచ్చిన ప్రకాశముగారికి కూలిపోవుటకు సందియములేదు. ఆయనవే నేరీతిగా నోదార్పగలాఁడను ? పట్టణమునందు చిన్నతనమునుండి పెరిగి మితిమీరిన స్వాతంత్ర్యవాతావరణము ననుభవించుచున్న యీపిల్లలు కట్టుబా

టున కొంతవరకు సహజముగ లోఁగఁగల్గినది. నేనాఁడే గ్రహించితిని గా దైవబలముచే నాయుద్దేశ్యము మారిపోయినది. అకటా నీవు నాయశ కీర్తి దెచ్చుటకుగా జనించితివిగాబోలు! లేకున్న నీవెక్కడ! వర్ణసంబంధమైనలేని వితంతు వెక్కడ! ఈయలినా భావసంబంధ మెచ్చట బుట్టి పెరిగినదిరా? అంతగట్టిపట్టుపట్టుటకు నీకా కాంత నూరిపోసిన మందేమి చెప్పుమా? ఓరిద్రోహీ! నీవు నిజముగా నాపట్టివిగాదు. కట్టడి రక్కసివిగా నున్నావు. ఈచెడ్డకార్య మాచరింపుమని నీకెవ్వరు బోధించిరిరా! ఆ వితంతువును చేపట్టినగాని నీయట్టివానికి కాదా? కట్టా! నీకెవ్వరో నీయల్పబుద్ధులు నేర్పియుండవచ్చును. లేనిచో నిక్కడ నున్నవరకు మనయెడల జాగ్రతగ సంచరింపలేదా? భరతా! నీవు సత్యనిరతుండవై యుభయ వంశముల తరింతువని తలంచితిగాని యిట్టి దురితకార్యాచరణుండవై పరద్రవ్యాపహారివై ద్రోహము నర్తువని యెఱుంగక పోయితిని. ఆహా! ప్రకాశం! నీకెట్టిచిక్కులు గల్గించితిని! నన్నిట్లు దూఱుచుందునోగదా! తండ్రీ నేనేమి చేయఁగలను? ఐనను ప్రయత్నించి చూచెదను.” రామానందమిట్లు విచారించుచునే మంచమెక్కెను. వయోవృద్ధుండగు నాతని పరితాపమున కెంతని హద్దుండును? ఇఁక రామలక్ష్మణుల సంగతి కనుగొనెదము. రామానందముగారి యాజ్ఞానువర్తులై రామలక్ష్మణులు బయలువెడలి బెజవాడకు వచ్చిరి. త్రోవలో లక్ష్మణుండు తానొకమారు రాగలతికా వృత్తాంతమును భరతునివలన జూచాయిగా గ్రహించితిననియు, నాపె శరణాలయవితంతువనియు జెప్పెను. రామునకు సంగతి యంతవరకు తెలియనే లేదు. అతఁడు కుటుంబ వ్యవహారములును జక్కపెట్టుటతోను మక్తాలు మున్నగునవి వసూలుచేయుటతోను సరిపోవుచుండెను.

బెజవాడలో దిగి రామలక్ష్మణులు క్రమముగా నూరంతయు వెదకఁజొచ్చిరి. గాని భరతుండు కానరాడయ్యెను. నూతనాగంతు

కుండగు భరతుని యునికి యాపట్టణములో నవలీలగా గనుగొనుటకు సాధ్యముకాదయ్యెను. ప్రసిద్ధిగల వారెవ్వరైన వచ్చినచో నెవ్వరైన చెప్పవచ్చును గాని భరతుని వంటివాండ్రెందరో విహరించెడి బెజవాడలో నాతనిగురించి విచారించుటకై కొంతకాలము పట్టెను. ప్రాత వీథులన్నియు రామలక్ష్మణులు తిరిగి చూచిరి గాని యవి యన్నియు వ్యాపారకుటుంబములతో నిండియుండెను. ఐన నిట్టి జనసమ్మర్ధముగు స్థానములలో నాతం డుండుననుట పొరబాటనుకొని వా రిరువురు గవర్నరుపేటలోనికిబోయి విచారింపసాగిరి.

గవర్నరుపేట క్రొత్తగా నిర్మింపబడినది. ఇది బందరు కాలువ యొద్దననే గలదు. ఒకప్రక్కను ఏలూరుకాల్వ హద్దుగా నున్నది. ఇందు విశాలమైన ప్రాసాదములున్నవి. పెద్దయుద్యోగులు వకీళ్ళు భూస్వాములు మున్నగు ప్రముఖులీపేటయందు వసించుచున్నారు. కొంతదూరమేగువరకచ్చట వాణీముద్రాలయ కార్యస్థాన ముండెను. అది దాటినపిమ్మట రాజవీథిలో నడుగంగా నెవ్వరో యిద్దరు యువకులు మొన్న మొన్ననే యొకమేడ నద్దెకు దీసుకొనియున్నారు అల్లదె. దానిలో నుండవచ్చును. చూడుండు" అని చెప్పిరి. రామలక్ష్మణు లాగుర్తుల ప్రకారమే యాహర్మ్యముకడ కేగిరి. దాని వాకిలి తెఱచియే యుండెను. సరాసరి వారిద్దరు సౌధమునం బ్రవేశించి పైకి జనిరి. 'ఎవరువారు! ఎవరువారు! అని లోపలినుండి యొక కేకవినంబడియెను. " మాది రాజమండ్రి " అనుచు వారిద్దరు నిలబడిరి. 'మీరెవ్వరు? ఎవ్వరినడుగకనే పైకి వెళ్ళుచున్నారు? ' అని మరల నాసేవకుండు ప్రశ్నించెను. 'మేమెవ్వరిమైననేమి ? ఇది భరతుని యిల్లేగదా!' యని రామలక్ష్మణులు పృచ్ఛించిరి. 'ఇక్కడ భరతుండులేడు గిరతుండు లేడు. దిగిపొండు. ' అని యాసేవకుండు గర్జించుచు పలికెను. పాప మా రామలక్ష్మణు లిర్వురు భయముతో క్రిందకు దిగిపోయిరి.

ఆప్రాసాదమొక యున్నతోద్యోగి. ద్వారపాలకు డప్పుడే కార్యాంతరముపై లోనకేగెను లేనిచో మొదటనే లోనికి రానిచ్చెడి వాడుగాదు. వారిర్వురు నచటికివచ్చి "ప్రమాదము తప్పినదిసుమీ! బాగుగా దెలియక పూర్వము స్వతంత్రించి వెళ్ళుటవలనగలుగు ఫలమిపు డనుభవను లోనికి వచ్చినది." అనుకొనుచువారు వీధిలోనడచుచుండిరి. దాని నెక్కనున్న సౌధముననే భరతుడు నివసించుచుండెను. ఆతఁ డటునిటు పచారుజేయుచు కిటికీనుండి చూచుచుండెను. రామలక్ష్మణు లిర్వురుగూడ నాతని నిదానించి చూచి గుర్తుపట్టిరిగాని యితరులైనచో గుర్తింపఁజాలరు. అప్పుడే భరతుని వేషభాష లన్నియు మారిపోయెను. ప్రకాశముగా రింటికడ సాధారణ రైతువలెనున్న భరతుఁడిప్పుడొక రాజకుమారునివలె నుండెను. శిరస్సునవున్న గిరజాలకు మారుగా క్రాపింగొకటి యేర్పడెను. అప్పుడప్పుడే వచ్చుచున్న నూనూగుమీసాలు కత్తిరింపఁబడి రెండుమూల కొంచెముంచఁబడి యుండెను. అవి పూర్వము రామలింగకవి చంకలోనిజుట్టు సామ్యముగా నుండెను. వస్త్రధారణమునకుమారుగా నతఁడు లాగులను దొడుగుకొనెను. చేత నొక ల్పెన్సరుచుట్ట యుండెను. కాలికి మేజోళ్ళును బూడ్సులునునుండెను. ఇట్లా భరతుడొక నవీనోద్యోగివలెను, లండనునుండి యప్పుడే దిగిన దొరవలెను కనుబడుచుండెను. ఈవేషధారణపై యాతఁడెంత సొమ్ము వ్యయపఱచెనో చెప్పఁజాలముగాని యదియొక కలెక్టరుహోదా గలవాని కుండవలసినట్లుగా నుండెను రాజశేఖరమీతనితో బాటచ్చటనే సంచరించుచుండెను. రమారమి యట్టిదుస్తులనే రాజశేఖరము గూడ ధరించెను. ఆదుస్తులన్నియు భరతుని సొమ్ము వలననే కొనఁబడినవి.

రామలక్ష్మణు లాతని జూచినంతనే యత్యాశ్చర్యపరులైరి. వారు వెంటనే యాసౌధోపరిభాగమునకేగి యచ్చట భరతుని జూచిరి,

భరతుఁడు వారిని జూచినంతనే యుచిత మర్యాదలజేసెను. తల్లిదండ్రుల క్షేమసమాచారములన్నియు నడిగెను. సేవకు నొకనిఁబిలిచి వారందఱ కుపాహారములు దెమ్మని యొకరూప్యము వానిపై విసరివైచెను. కొలఁది నిముసములలోనే యాపరిచారకుఁడు ప్రక్కనున్న యొక కాఫీదుకాణముకేగి కొన్ని లడ్డు పకోడీలను, నాలుగు గ్లాసుల కాఫీయును గొని వచ్చెను వారు నల్వురు నాయుపాహారము గావించి సేదదేరిరి అనంతర మీక్రిందివిధముగా సంభాషణ జరిగెను.

భర—అన్నయ్యా! నేనిచ్చట నుంటినని మీకెవ్వరు దెల్పిరి?

రాము—భరతా! పిల్లి పాలుత్రాగుచు నెవ్వరు చూడలేదను కొనునుగాని యింటివారు దానిని చూచి గెంటివేయరా? అట్లే నీవొ వేళ చెప్పకున్నను, నూతనయాత్ర మెవ్వరో యొకరు చెప్పరా? నీకా మాత్రము శ్రద్ధలేదుగాని మాకు లేకుండునా? నీ వర్తనలు విని మన తల్లి దండ్రులు కంటికి కడివెడుగా నేడ్చుచున్నారు.

భర—అన్నా! ఇందు నాయపరాధమేమున్నది? నాకును ప్రకాశముగారికిని సరిపడలేదు. అందుచే నవ్యవధిగా బయలుదేరి యిచ్చటకు వచ్చినాను. ఈ తొందరలో మీకు వ్రాయకపోయినది వాస్తవమే. అంతమాత్రమునకే నాకు మీపై భక్తిశ్రద్ధలు లేవని భావింపకుఁడు.

లక్ష్మి—మంచిదేగదా! అవి మాటలలోగాక చేతలలో నుండ వలెను.

రాము—భరతా! సరి దానిని పోనిమ్ము. ముందు నీసంగతి తెల్పుము.

భర—తెల్పుటకేమున్నది? ఇంక నేను ప్రకాశముగారితో కలసి యుండను. ఇచ్చటనే యుండెదను. నా కాపురమంతయు నిక్కడనే పెట్టెదను.

రాము — ప్రకాశముగారితో నేల కలసియుండవు? నిజము చెప్పుము.

భర — నాకాయన విమలానందముగారి తమ్ముని కుమారితను వివాహము జేసెదమని జెప్పిరి నాకది యిష్టములేకపోయెను. నేనుదానిని కాదంటిని. అందుచే నాకును వారికిని పోట్లాటగల్గెను.

రాము — భరతా! బ్రహ్మానందముగారి పిల్ల కాబోలు! మంచిసంబంధమే! నీవేల కాదంటివి? అంతమాత్రముననే యేల పోట్లాడితివి?

భరతుఁడా ప్రశ్నకు సమాధానము నాలోచింపసాగెను. ఇంతలో రాజశేఖరమందుకొని యిట్లనెను. "అయ్యా! రామయ్యగారూ! నేను చెప్పునది వినుఁడు. ఇఁక నాయన చెప్పుటకు సిగ్గిలుచున్నాఁడు. ఏమందురా? బ్రహ్మానందముగారి సంబంధము మంచిది కాదనకాదు. ఆయన మాపినతండ్రియే. భరతుని కిష్టములేనిదేలనందురా? ఆతఁడిదివరకే యొక పిల్లను వరించియుండెను. మీరాజమండ్రిలో శరణాలయముననున్న రాగలతికయను వితంతువు నాతఁడు పెక్కునాళ్ళనుండి మోహించెను. ఆమెను వివాహమాడవలయునని భరతుని సంకల్పము. వారిద్దరి కట్లది వరకే మాటలు జరిగెనఁట అందువలననే బ్రహ్మానందముగారిపిల్లను వద్దనినది. ఇంతకుదప్ప వేరులేదు."

లక్ష్మి — ఆకన్య మన కులస్త్రీ గాదు గాబోలునే?

రాజ — నిజమే! ఐనను దానినిదప్ప పెండ్లియాడఁడఁట.

రాము — భరతా! నీమూలమున నెందఱో దుఃఖించుచున్నారు. ఇటు కన్నవారును, అటు పెంచినవారును, మధ్యను మేమందఱమును చింతించుచున్నాము. నీవీవ్యాపారమును కట్టిపెట్టి యుండవల్లిజేరుట లెస్సయని నాయభిప్రాయము. లేదా రాజమండ్రి వచ్చి మాతో కలసి యుండుము.

భర—అది కలలోనివార్త, ఏదియెట్లుండిన నట్లు జరుగును. సర్వేశ్వరేచ్ఛ ప్రకారముండును. ఇందుకు మనప్రయత్నమేమున్నది? అన్నిటికిని మనము నిమిత్తమాత్రమేగదా.

రాము—ఆ వేదాంతమునకేమిలే! ఇట్టి శుష్కవేదాంతముల వలననే మన దేశస్థులిట్టి యధోలోకమునకు వచ్చిరి. చేయునవన్నియు శివపూజలు. దూరినవన్నియు దొమ్మరి గుడిసెలన్నట్లుగా మనముచేయున దంతయు దేవునిపై బెట్టుటేల?

భర—సరి. నాపైననే బెట్టుకొనెదను.

రాము—పెట్టుకొన్న నేమి? పెట్టుకొనకున్న నేమి? మేము చెప్పి నట్లు వినుటయే మాకు కావలసినది. ఇవి మాపలుకులుగాదు. మన తల్లిదండ్రులవని గూడ గ్రహించుము.

భర—అన్నా! నేనిదివరకే దృఢనిశ్చయుడనై యున్నాడను ఇంక నానోరు తిరుగదు.

రాము—సోదరా! నీవు చెడిపోయెదవు. యౌవనోత్సాహమున నీకిప్పుడేమియు గానరాదు. బంధువులు, మిత్రులు మున్నగువారెల్లరు నిన్ను బహిష్కరింతురు. ముందుముందు నీపిల్లలకు వివాహములుకావు. నీయింటికి వచ్చిపోవువా రుండరు. ఆశించిన ప్రకారముగా రాక వంకను, మనపితరులోకవంకను వృద్ధత్వమున చీకు చింతలతో మరణించుటదప్ప నీకు గల్గెడి లాభమేమియు నుండదు. లెస్సగా నాలోచించుము. ఆనాటి కైకకువారున కెంతపేరువచ్చెనో యీనాడు నీకు నంతియే వచ్చునుసుమీ. కనుక నీరామాయణమును ముగింపుము.

భర—అన్నా! ఏమీ! నారామాయణము ముగింపవలెనా? ఇది యింతటితో ముగియునదికాదుసుమీ. నన్ను కైకపుత్రునితో బోల్చుచుంటివా? మంచిది అట్లే కానిమ్ము. ఆనాడు రామలక్ష్మణు లిద్దరు భరతవాక్యములువిన్నారు కనుకనా యీనాడు భరతుడు వినుటకు? ఎప్పుడులేదు.

రాము—భరతుని వాక్యముల ప్రకారమే రామలక్ష్మణులు మరల రాలేదా?

భర—ఎప్పుడు మరలిరి? చారివనవాసము వారు ముగించుకొని మరలిరి. ఇప్పుడు భరతుని యరణ్యావాస మింకను పూర్తిగా లేదుగదా. గడచిన రామలక్ష్మణులేమిజెప్పిన నేమి? అదిపూర్తియైన పిమ్మట భరతుఁడుగూడ రాముఁడుజెప్పినట్లు నడచును. అంతవరకాను పీలుండదు.

రాము—అయిన నిది భరతుని నందిగామవాసమా?

భర—కాదు. కాదు. ఈజన్మములో నాతని కరణ్యవాసము రావలదా?

రాము—ఐన నిది యరణ్యముగాదే?

భర—రామునికి భరతునికి నదియే భేదము. భరతునికి పట్టణవాసమే యరణ్యావాసతుల్యము. రాముని కరణ్యవాసమే పట్టణవాస తుల్యము ఇది వారి వారి ప్రకృతులబట్టి వచ్చినది.

రాము—భరతా! నీవ్యంగ్యార్థములతో వ్యర్థసంభాషణ మొనర్చి మమ్ములను వేధింపకుము. శ్రీరామాదులకును మనకును పోటియా? వారికి మనకు హస్తిమశకాంతర తారతమ్యము గలదు. గాన నామాటలను పాటించి దారికి రమ్ము

భర—నవ్వి నేను పోటియని చెప్పుకొంటినా? నీవు సూటిమాటలచే వారితో బోల్చితివి గనుక నేను దాని ననుసరించియే ప్రత్యుత్తరమిచ్చితిని గాని వేరుగాదు.

లక్ష్మ—అవును. అందఱు మారామానందుని పుత్రులమేగదా ఇం దెవ్వరు తీసిపోవుదురు? ఐన నందర మొక్కదారినే పోవుట మంచిది. భరతా! మామాటలు వినుము.

భర—చిన్నన్నా! నీవెప్పుడును రామపక్షపాతివేసుమీ! మీరు నామాట లాలకింపగూడదా? అంత యెందులకు? "లోకోభిన్నరుచిర్నియ

నీతిశాస్త్ర వచనముగదా. అందఱి మొక్కకట్టుగా నుండునట్లు సాధ్యమో పలుకుము.

లక్ష్మ—మనకు నీతిశాస్త్రమొక్కటియే యిక తరుగు. రామపక్షముగాని నీపక్షముగాని యక్షయమైన దేదియో యదియే రక్షణముగదా. భరతా! నాటి శ్రీరామునికై తపించిన దశరథమహారాజువలె మా జనకుఁడు కడుంగడు కుందుచున్నవాఁడు. నీవు వచ్చిన గాని యాతని డెందమానంద వశముగా నుండదు. కావున మాతో నొక్కసారిరమ్ము.

భర—రాముఁ డెంతవచ్చెనో నేను నంతియే. రామానుజా! నీయాహ్వానమున కెంతయు నలరితిగాని దానినీ యజ్ఞాతమును బూర్తిగావించిన పిమ్మట ననుసరింతును.

రాము—ఇంతకు మేమెవ్వరమును లేనిదే నీవు పెండ్లిగావించుకొనఁదలచితివా? లేక మేమందరమును నీకుకావలయునా?

భర—అగ్రజా! మీరందరిని వలదని చెప్పువాఁడెవ్వఁడు? నాచే నాహూతులైనపుడు మీరువచ్చినమంచిదే కాని మీరు రారని మాత్రము నాప్రయత్నమావఁబడదని ముమ్మాటికి నమ్ముఁడు.

రామ, లక్ష్మ—ఇది త్రికరణశుద్ధిగా బల్కినదేనా?

భరతు 'డవున'ని సమాధానమిచ్చెను. రామలక్ష్మణు లంతట చేయునది లేక సాయంకాలపుబండికి రాజమండ్రికి ప్రయాణము సాగించిరి. పట్టణము జేరినవెంటనే రామానందముగారి కాయిద్వరిచ్చటి సమాచారము లాద్యంతము విన్నవించిరని వేరుగ నుడువనక్కఱలేదు.

భరతునికిప్పటికి లోపలనున్న జంకంతయు దీరిపోయినది. తల్లిదండ్రుల భయముకూడ దొలఁగినది. ఇఁక నాతని చేతి కడ్డులేకుండెను. వెంటనే యాతఁడు వివాహ ప్రయత్నములను గావింపసాగెను.

రాగలతికకు వెంటనే తంతివార్త యొసఁగఁబడెను. ఆతంతి వార్తతో వైవాహిక సంచారములకై మరికొంత ద్రవ్యము పంపఁబడెను. శరణాలయము సంరక్షక సంఘమువారే యీకార్య భారమును నిర్వహింప వలసినదిగా కోరఁబడిరి. వితంతూద్వాహాభిమానుల కెల్లరికి నాహ్వానములంపిరి. మరియు రామానందము గారికిని ప్రకాశము గారికిని, రాగలతిక తల్లిదండ్రులకును, రామేశంగారికిని ఆహ్వానములు పంపఁబడెను.

రాగలతిక వివాహ మన్నంతనే దాని తల్లిదండ్రులు దిగ్భ్రమజెందిరి. 'ఏమి? మనకుదెలియకనే రాగలతిక వరనిశ్చయము గావించుకొన్నదా? అందును వితంతు బాలికయగు దీని కాధైర్య సాహసములెక్కడివి? దీని కంతటికి నేదియో యొక గొప్ప కారణముండియుండును శరణాలయము వారి ప్రోత్సాహమైన నుండవలెను, లేదా పలుకుబడిగల ధనాఢ్యుఁడగు యువకుఁ డెవ్వఁడో మోసగించియైన యుండవలయును. దాని యత్తమామలీ వార్త విని యేమనుకొందురో! మనమే చేయుచున్నామని తలంతురుకాబోలు! ఇదిగాక వరుఁడన్యకుల సంజాతుఁడని తెలియుచున్నది. ఔరా! దీనివలన మన కెంత యప్రతిష్ఠ వచ్చుచున్నది. ? దీనిని చదివించుచున్న దిందులకేనా? నల్వురిలో మనకు నగుబాట్లగును గాబోలు! " ఈరీతిగా నావృద్ధదంపతు లాందోళన మనస్కులై యుండిరి. రామేశంగా రాహ్వానము చూచినంతనే యాతనికి మొదట నేమియు నర్థముగాలేదు. వధూవరు లెవ్వరై నదియు, వితంతు శరణాలయము సంఘమువారు తన్నేల పెండ్లికి రమ్మని పిలిచినదియు దెలియజాలకపోయెను. తర్వాత యాతనికి తనకోడలపేరు స్ఫురణకు వచ్చెను. దగ్గరలేని వస్తువు జ్ఞప్తిలో నుండకపోవుట సహజముగదా. తనకోడలే యీపునర్వివాహము గావించుకొను చున్నదని తెలుసుకొని దానిని తలంచినప్పుడాతఁ

నొక విధమగు విచారమునకే లోనయ్యెను. గడచిపోయిన కుమారుఁ డప్పుడు జ్ఞప్తికి వచ్చెను. దానితో నాకని విచారము దుఃఖముగా మారిపోయెను. కొంతసేపట్లు దుఃఖించి పిమ్మట నావార్తను తనసతీ తిలకమున కెఱింగించెను. ఆబిడకూడ మిక్కిలి పశ్చాత్తాపము జెందెను. కాని వారెట్టి యంతరాయమును గాని చేయఁదలఁచలేదు. 'దానినైన భగవంతుఁడు సుఖపడజేయుఁగాక! మనయాక్షేపణమేల? యని వారు నిశ్చయించుకొనిరి. ప్రకాశమాహ్వానము గాంచినంతనే మండిపడిపోయెను. దానిని చదివిన వెంటనే ముక్కలు ముక్కలుగ చింపివైచెను' కొంతసేపటికా క్రోధముతగ్గి విచారముగా మారెను. తర్వాత నది దుఃఖములోనికి దిగెను.

దుఃఖపూరితుఁడైన ప్రకాశము పరల నాయుత్తరము ముక్కలనన్నింటి నేర్చికూర్చెను. అందులోని సన్నాహములన్నింటికి నాతఁడాశ్చర్య పరవశుఁడయ్యెను. అవివాహ సందర్భమున జరుగు వేడుకలు, విందులు నొక ప్రక్క నుదాహరింపఁబడి యుండెను. ఈయేర్పాటులన్నియు చేతనొక కాసైనను లేని బుధుతనికి కెట్లు సాధ్యమయ్యెనాయని తలపోయ సాగెను తర్వాత నాముక్కలొక మూల బారవైచెను.

రాగలతిక తన వివాహ విషయమై తల్లిదండ్రులకు ముందే తెలుపవలయునని తలంచెను గాని యట్లు జరుగుచో వారెట్టి యాక్షేపణ మొనర్తురోయని సందేహించి భరతుఁడు వారికి ముందుగా వ్రాయవలదని యుత్తరము వ్రాయుటచే నట్లు చేయఁజాలకపోయెను. ఆయాజ్ఞ ననుసరించి నేను లతిక వారికెట్టిసంగతిని తెలుపఁజాలకపోయెను. ఆహ్వానములు పంపునప్పుడేక వ్రాయవచ్చును గదాయని యొక యుత్తరము వ్రాసెను. అది యీ క్రింది విధముగా నుండెను.

"జనకా! బాల్యప్రభృతి నాయందవ్యాజానురాగముతో నన్ను పెద్దజేసితిరి. అట్టి ప్రేమమునే సదా కాంక్షించెదను. నాయజ్ఞానావస్థలో మీరు నాకొక పెండిలి గావించి నేను సుఖపడవలెనని తలంచితిరి. కాని దైవబలముచే నది యన్యథాజరిగెను. ఇంక నాకష్టసుఖములెంతకాలము మీపై నుంతును? మీరు వయోవృద్ధులరు. నాయత్తవారన్ననో నూతన ప్రాప్తవారు. వారికి నాయందెట్టి మక్కువయుండెనో తెలియదు. ఇదంతయునేల యని నేను స్వయముగా వరనిశ్చయము గావించుకొని సంసారభారము వహింపదలంచితిని. ఈవితంతువివాహము శాస్త్రగర్హితమని మాత్రము భావింపకుడు. వేదశాస్త్రములన్నిటిలో నిది యొప్పుకొనబడినది. ఆదృష్టాంతములన్నియు వీరేశలింగముగారి యుపన్యాసములలో స్పష్టపఱుపఁబడినది. వాని ప్రతులను మీకు బంపితిని. న్యాయపరిశీలనచే వాని సత్యాసత్యనిర్ణయము గావించుకొని మీయంతరాత్మశుద్ధిగా దీనిని నమ్మినచో మంచిదియే. కాని లోకమునకు వెఱచిమాత్రము నా ప్రయత్నభంగమునకు దలపెట్టకుఁడు. ఇదియే నాముఖ్యమనవి. మీ కిష్టమున్నచో వచ్చి చూచి పోండు అట్లయినచో నాయానందమునకు మేరయుండదు. లేక నాప్రయత్నభంగమే చేతురా? దానివలన మీకు వచ్చునదేదియో తెలియునా? అది నాయకాలమరణముగాక వేఱు గాదు. వరుఁడేకులజుఁడని యడుగవలదు. ఏమన, సృష్ట్యాదిలో నీకులములన్నియు నున్నవియా? బుద్ధిమంతుఁడెవ్వఁడైనను బ్రాహ్మణుఁడే యగును. నాకంటికి మనస్సునకింపగు గుణసంపన్నునే, వయోరూపసంపన్నునే ధైర్యసాహసమూర్తినే వరించితిని. ఆతఁడు చిరకాలము [illegible] జన్మాంతరవాసియైయుండెను. నామనోహరుఁడయ్యెను. ఈసంగతులన్నియు నా [illegible]వనికిగూడ నివేదింపుఁడు. నాకు మీయాశీర్వచనములను బంపుఁడు.

చిత్తగించవలెను.

ప్రియపుత్రిక [illegible]

వ్యా మో హ ము.

రామేశముగారీయుత్తరము జదివినవెంటనే యాతని మనస్సంతయు నీరైపోయెను. అందుచే నాతఁడు గూడ నెట్టియాటంకమును జేయదలంచలేదు. లతిక తల్లియు నావార్త విన్నంతనే పరమానందభరితయయ్యెను. కాని పైకి పొంగలేదు. ఆమె కాపరిణయమునం దిలకింపవలెననిగూడ యుండెను. గాని లోకమునకు వెలిబుచ్చి యందులకు సాహసింప దయ్యెను.

రాగలతికకు భరతునకు మొదట నెట్లు పరస్పరప్రేమను గల్గెనదో మీరెఱుంగరు. దీనిని జెప్పుమని మీరాతురత పడుచుండవచ్చును. గాని యిది యొకవిధముగా చర్విత చర్వణమే. ఐనను దానిని వివరించెదను. రాజమండ్రిలో పాఠశాలా విద్యార్థులందఱికిని సాధారణముగా వితంతుశరణాలయ మత్యాకర్షణీయముగ నుండుటలో నాశ్చర్యములేదు. క్రొత్తయొకవింతయు, పాతదిరోతయు నని లోకోక్తి గలదు. అందుచే నీనూతన వీరేశలింగ శతాబ్దములలో నీవితంతుశరణాలయ మాకర్షింపఁబడుచున్నది. ఇదిఁగాక నూతనవిషయములు నేర్చుకొనుటయందు విద్యార్థులెప్పుడు చురుకుగా నుందురు. ఇది మానవస్వభావమైనను, చిన్నతనమున నెక్కుడుగా నుండును. అందువలననే విద్యార్థిదశలో గ్రహించినన్నివిషయములు మనము పెద్దవారమై పిమ్మట గ్రహింపఁజాలకున్నాము. విద్యార్థిదశలో గ్రహించిన యమూల్యవిషయముల నాచరణలో బెట్టుటయే మానవుని పరమావధియు, చరితార్థమునని విజ్ఞులు నుడువుదురు. ఇది సామాన్యమానవుల విషయము. జితేంద్రియులగు వారెప్పుడును విశేషవిషయములను గ్రహించుచుందురు వారిప్రస్తావమిచ్చటఁ జెప్పఁదలచుకొనలేదు. భరతుఁడుతనపాఠశాలలో జదువుచున్నపుడాతఁ డప్పుడప్పుడు వీరేశలింగముగారి యుపన్యాసములను వినుచుండెడివాఁడు. ఆమహాత్ముని బోధలన్నియు భరతుని మనస్సు నాకర్షించినవి. ఆతఁడు చెప్పినట్లే తాను

గూఢ్ల చేయవలయునని భరతుని కుండెను. కాని ప్రకృతిబంధకము లెన్నియో నాతని సంకల్పతరంగములన్నింటిని చెదరగొట్టుచుండెను. ఐన నాతఁడా యుద్దేశ్యములను మార్చుకొనజాలకపోయెను. తల్లిదండ్రులు పూర్వాచారపరాయణులగుటచే వారి కిందేమాత్రము తెలిసినను తన్ను మన్నింపరని తోఁచెను. అందుచే నాతఁడు తనమనోభావము లన్నియు లోలోపలనే యడంచుకొనెను. తరువాత కొన్నాళ్ళకవి కార్యరూపమున పెట్టవలెనని సంకల్పించుకొనెను. తోడనే యాతఁడు శరణాలయ కార్యస్థానమున కేగి తనయుద్దేశ్యము నతిరహస్యముగా నచ్చటి యధికారి కెఱిఁగించెను. అప్పటికింకను బహిరంగముగా వితంతువుల వరించెటి ధైర్యసాహసములు విద్యార్థిలోకమునకు లేకుండెను. ఆయధికారి యచ్చటివారిలో నందఱిని విమర్శించి, భరతునికులమువా రందులేరని చెప్పెను. గాని యంతటితో నాతఁడు సంతృప్తి పడఁడయ్యెను. సంకల్పసిద్ధుడను కావలసినదే యని భరతుఁడూహించుకొనుచుండెను. పిమ్మట నాతఁడొక్కింత యాలోచించి, వర్ణాంతరమైనను సరే, వధువిచ్ఛగించినచో నే నుద్వాహమయ్యెదనని పల్కెను. అప్పుడా యధికారికి రాగలతిక పేరు తలఁపునకు వచ్చెను. రాగలతిక కప్పుడప్పుడే పెండ్లియాలోచన లారంభమయ్యెను. వరాన్వేషణమునకై యాబిడయు లోలోన విచారించుచుండెను.

రాగలతికావిషయము ముచ్చటింపఁగనే భరతుఁ డాయధికారితో నామెను దనకు జూపి పరస్పరసంభాషణ కవకాశమిమ్మని కోరెను. దానిపై యాయుద్యోగి రాగలతికకా వృత్తాంతము దెల్పి యామె యిష్టముపై వారి సమావేశము నేర్పాటొనర్చెను. వారిద్దఱొండొరుల లావణ్యాతిశయముల జూచుకొని సంతృప్తులై కొలదిసేపు సంభాషణ జేసిరి. ఇర్వురు మరలవచ్చి యధికారికి దమసమ్మతి దెల్పి యంతటినుండి పరస్పరముగా ప్రేమింపనారంభించిరి. భరతుఁ డామెను

యథావిధిగా వివాహము జేసుకొనునట్లొడంబడికలు జరిగెను. అప్ప టినుండియు భరతుఁడు స్వేచ్ఛగా రాగలతికవద్ద కప్పుడప్పుడు వచ్చు చుండుటయు, వారిద్దఱు వనవిహారములు తఱచుగా జరుపుటయు సంభ వించెను. ఐన నిదియంతయు గోప్యముగనే యుంచెను. గాని భరతుని తల్లిదండ్రులకుమాత్రము వెల్లడికాలేదు. భరతుఁడు ప్రకాశముగారి యాస్థికి కర్త గాబోవునప్పుడు పరస్పరసందర్శన సమావేశములు దూరమగుట కిరువురు చింతిరి గాని యైనను భరతునికివచ్చు లాభ మును గుర్తించి దానికి సమ్మతించిరి. అట్లా నవయౌవను లిరువ్వురు రతీ మన్మథులవలె దమ ప్రణయసామ్రాజ్యమును విస్తరిల్లజేయుచు నా పురంబున సంతోషవార్ధిలో నోలలాడుచు దమ కాలము హాయిగ గడపుచు వచ్చిరి. ఆదినములలోనే రాగలతిక దినదినాభివృద్ధిగా పరి పూర్ణ యౌవన విరాజమానయయ్యెను. అప్పుడే యామె శరణాలయ నివాసము రాజాంతఃపురవాసమునకీడై యుండెనని తెల్పితిమి.

లక్ష్మమ్మ యొకనాడు రాగలతికాభరతులు వీరేశలింగోద్యా నమున విహరించుచుండఁగా చూచెను. దారినిపోవుచున్న వాఁడా తోట లోని వారితో మాటలాడుటకు వీలుగా నుండకపోయెను. మరునాడెప్పు డో భరతుని ప్రశ్నించెను గాని యాతఁడు మరియొక విధముగా జెప్పి తప్పించుకొనెను. ఆవనవిహారమున గాన్పించిన యువతీమణి యొక వితంతువనియు, నదియొక విద్యార్థిని పరిణయమాడగోరి తన్ను దూత కార్యమునకై పిలువఁబంచెననియు భరతుఁడాతనికి జెప్పెను. లక్ష్మ మ్మయందుచే దానిని ముఖ్యమని తలంపఁజాలక పోయెను. దీనినే యాతఁడు రామునితో జెజ గడవెళ్ళినప్పుడు తెల్పెను. రాగలతికా భరతుల వివాహ మహోత్సవము వైభవముతో జరుగుట కేర్పాట్ల చేసెను. విందులు వేడుకలు విశేషముగా జేయఁబడెను. ఆ పెండ్లి

గొప్ప గొప్ప యుద్యోగులందరు విందులు నారగించి పోయిరి, ఆకరిణము విశేషములన్ని వార్తా పత్రికలలోను బ్రకటింపఁబడెను. వధూవరుల ఛాయాపటములు గూడ నందముశోభాయమానముగా గూర్పఁబడెను. భరతుఁడు పెద్ద దేశాభిమానియనియును సంఘసంస్కర్తయనియు, విశ్వమానవ సౌభ్రాతృత్వమున కితఁడు ప్రథమ సోపానమనియు నాపత్రికారాజములెల్లను వేనోళ్ళ శ్లాఘించెను. వానితో భరతుఁడు తానొకమేటినని భావింపసాగెను. రాజమహేంద్ర పురవాస్తవ్యులా బాలగోపాలమా వివాహము గూర్చి చెప్పుకొనని వారులేరు. కొందఱాతఁడు దురభిమానియనియు, తల్లిదండ్రులనేమి పెంపుడు వారినేమి లక్ష్యపెట్టక వనితావ్యామోహమునకు లోనై యాతఁడు కులభ్రష్టుఁడయ్యెనని కొందరును, మరికొందఱాతఁడు త్యాగమూర్తియనియు, సంఘదురాచారముల నిర్మూలించుటకై బుట్టిన వీరాగ్రగణ్యుఁడనియు, మరికొందరాతఁడు పోకిరియనియు నిట్లు తలకొక విధముగా బల్కుచుండిరి. ఈదూషణ భూషణ, తిరస్కారము లన్నియు భరతుని కర్ణపుటంబుం గూడ బడుచుండెను. కాని యాతఁ డివియన్నియు లక్ష్యపెట్టఁడయ్యెను ప్రకాశముగాఁ గా వివాహమును భవ్యతర పెట్టకలెనని కోరికయుండెను గాని న్యాయవాదు లాతనిచర్య శాస్త్రీయము గాదని పల్కుటచే విరమింపవలసి వచ్చెను. అందుచే నాతఁ డత్యంతవిషాద మనస్కుఁడై పోయెను. రాగలతిక తండ్రిమాత్రము నిజభార్యా ప్రేరితుఁడై యొకమిత్రుని మూలమున గొన్ని కానుకలావధూవరులకు బంపెను. ఆవృద్ధదంపతులకు స్వయముగా నాపరిణయముం దిలకించు కోర్కియున్నను ధైర్యముమాత్రము గల్గదయ్యెను.

రామేశంగారెట్టి చర్యయును జేసుకొనలేదు. ఆతఁడు జరుగుచున్న దానినుపేక్షసేయుటయే మంచిదని తలంచెను.

ఎవరెవరెట్లు తలంచిననేమి వివాహముమాత్ర మత్యంతవైభవోపేతముగ జరిగెనని చెప్పవచ్చును. ఆనూతన వధూవరులు వీధులం దూరేగుచున్నపు డనేకవేల జనమాయుత్సవముం దిలకింప సాగిరి. నవీన సాంప్రదాయానుసారముగా నావివాహమునకు సానిమేళములు లేవు. దానికి బదులు విస్తారము బాణసంచాలు కాల్చఁబడుచుండెను. భేరీమృదంగాది వాద్యములన్నియు నల్దిక్కులు పిక్కటిల్లునట్లుగా ప్రయోగింపఁబడెను. ఇట్లావివాహము పూర్తియై నంతనే వధూవరులు బెజవాడపురమున కేగి యచ్చట భరతాశ్రమమున దిగిరి. వారచ్చట కాలు వెట్టినతోడనే యచ్చటివారందరు వింతగా వారలఁ జూడవచ్చిరి. ఒకనాడాపట్టణమున గూడ భరతుఁడు విందొనర్చెను. సంస్కారప్రియులగు ప్రముఖులెల్ల రావిందునందు బాల్గొనిరి. ఆవిందు పూర్తియైనంతనే భరతుని యుగ్గడించుటకై యొక సభ జరిగెను. అందనేక యుపన్యాసములు గావింపఁబడెను. భరతుఁడు కార్య శూరుఁడనియు, సంఘసంస్కర్త యనియు దేశాభిమానియనియు బల్వురచే గొనియాడఁబడెను. అకొనియాడినవారిలో రాజశేఖరమును వానిమిత్రులును గలరు. రాగలతికా భరతులచ్చటనుండి మిక్కిలి యనురాగముననే నడచుచుండిరి. కాని యది చిరకాలము నిలువఁ జాలక పోయెను.

వారిద్దరొక్క సాంప్రదాయము నంటివచ్చిన వారుగారు. భరతుఁడు వ్యవసాయ సంఘమునందును, రాగలతిక వ్యాపార సంఘమునందును జన్మించి పెరిగిన వారలగుటయే దీనికి కారణము. ఏపని జేయుచున్నవారికందు కొంతవరకు ప్రవేశమున్నను దానిని ముఖ్యముగా గణింపరు. దూరముననున్న దానిపైననే నాసక్తి గల్గియుందురు. ఇదిమానవనైసర్గికగుణమైనను హిందూదేశాధుని వాసులలో నిది

హెచ్చుగానున్నది. రాగలతిక భూములన్నియు మఱల స్వాధీనము చేసుకొని యాతనితండ్రివలెనే భరతుని వ్యవసాయము జేయుమని కోరుచుండెను. కాని భరతుని కిది నచ్చకపోయెను. ప్రకాశముగారి ముఖము జూచుచు నుండవల్లిలో కాపుర మెట్లుచేయుటయని యాతఁడాలోచించు చుండెను. కాని రాగలతిక విషయమై యావగింజంత సందియమైనను లేకుండెను. భరతుఁడా భూములనమ్మి గొప్ప వర్తకశాలను స్థాపింతునని పల్కుచుండెను. అనుభవవేద్యముగాని యీవనిలో బ్రవేశింపరాదని రాగలతిక యాతనికి నొక్కి చెప్పసాగెను. ఈవాద ప్రతివాదములతో కొన్నాళ్ళు జరిగెను. వారికి వచ్చురాబడి వారి వ్యయములకే సరిపోవుచుండెను. వివాహము ముందు భరతుఁడు తెచ్చిన ఋణము లప్పటికి పెరిగి దాదాపు పదివే లయ్యెను. దానిని దీర్చుటకై పదియకరముల భూమి నాతఁడు విక్రయించి వేసెను. ఇతఁడప్పుజేసి పప్పుకూడు దినువాఁడని యొకవిధమగు నిరాదరణమారాగలతిక మనఃఫలకమున ప్రతిబింబించుచుండెను. గాని యిది సాధారణముగా నెవ్వరికిని దెలియక, దీర్ఘపరిశోధనా కుశలుల కప్పుడప్పుడు వెల్లడియగుచుండెను.

షష్ట ప్రకరణము.

తెగతెంపులు.

ప్రకాశముగారి కిప్పుడు మునుపటి గౌరవాదులు లేకుండెను. దీనికంతటికి నాతనిలేమియే యని పలుకవచ్చును. కలిమిలేములు కావటికుండలని యనుభవజ్ఞులు నిర్ణయించిరి. ప్రకాశమున నావాక్యము వేదవాక్యమయ్యెను. ఈయన యాస్తియంతయు భరతునివశమై పోయెను. ఇఁక నీతని చేతిలో నున్నది సుశీలపేర వ్రాసిన నాలుగు యకర

రముల భూమిమాత్రమే. ఇదివారిద్దఱి భుక్తిమాత్రమే సరిపోవు చుం
డెను. అదియైనను పూర్వమువలె వెనుకముందు జూడక వ్యయమొన
ర్చుటకు చాలినంత లేదు.

ప్రకాశ మెప్పుడును మూలధన ముంచుకొనఁడయ్యెను. ఏసంవ
త్సరాదాయమా సంవత్సరమే వ్యయ మొనర్చుచుండెను. కొన్ని సంవ
త్సరములలో మిగిలిన సొమ్ముతో కమల వివాహము గావించెను. తరు
వాత వచ్చిన సొమ్మంతయు భరతునిదత్తతామహోత్సవమునకై సెల
వుచేసెను. అందుచే చేతిలో నిలువలేకపోయెను. అయిదారువందల
రూప్యములు మాత్రమాపంటలోనివి చేతికి వచ్చెను. భరతుఁడు నిర్భ
యముగా తెగించి విడివడిపోయినదాది నాతని విచారమునకు మేరలే
కుండెను. ఆతనివలన తాను జీవనభృతి నొందవలసినది
గా నేర్పడెను. దానినడిగి తెచ్చుకొనుట కాతఁడు సమ్మతింపఁజాలక
పోయెను. పూలనమ్మినచోట నెవ్వఁడు కట్టెల నమ్మజాలఁడు. నూరు
యకరములకు స్వేచ్ఛాధికారియైన ప్రకాశము తన భరణమునకై భర
తునికడకుబోయి యాచించుట పౌరుషహీనమని భావింపసాగెను. కుల
భ్రష్టుడైన యాతఁడిక శత్రువుఁడేగాని పుత్రుడుగాదని నిర్ధారణచేయ
సాగెను. పిమ్మట నాతని నెట్లయినను సాధించి తీరవలయుననియు, చేతి
లోనున్న యైదువందలరూప్యములతో నాతనిపై యభియోగమును
దెచ్చి న్యాయస్థానమున దనభూమి నంతటినిగాని యర్ధభాగముగాని
బొందవలెనని తలంపసాగెను అట్టి ప్రయత్నమునకై యాతఁడు న్యాయ
వాదులను విచారింప నారంభించెను.

ప్రకాశము నిశ్చయమెఱింగిన న్యాయవాదశిఖామణులు నిజము
ను కప్పిపుచ్చి యవశ్య మీవాదము నెగ్గుననియు, దత్తతాఫలితము
ప్రకాశ మనుభవింపనందున నాతని కిప్పుడు భాగార్హతయున్నదనియు,
నాఁడు వ్రాసిన దఖలు నామమాత్రమనియు జెప్పసాగిరి గాని వ్రాసి

ఇచ్చిన యాస్తి తిరిగి చెందనేరదనియు, భరణము మాత్రమే కోరవలె ననియు జెప్పిరి. ప్రకాశమంతట వారి మాటలనే నమ్మి న్యాయస్థానమున నభియోగము జేసెను.

ప్రకాశమది వరకెప్పుడును కోర్టునకెక్కి దానిలోని బాధలను భవించినవాఁడు కాదు. వాజ్యము దాఖలైనప్పటినుండియు నాతని పీడించి తిను వారనేకులు బయలుదేరిరి. సాక్షుల సమనులు చేయింపవలెననియు గుమస్తా ఖర్చనియు పండుగమామూళ్ళనియు, సమనులు జారీచేయువారి కనియు ననేక విధములుగా డబ్బు వాతమై పోవుచుండెను. రెండువందల రూప్యములు ముందుగనే ప్లీడరొకఁడు తీసుకొనెను. సర్కారు వారుకియ్యవలసిన రుసుముక్రింద మరియొక రెండువందలు సెలవయ్యెను. చిల్లర మల్లర మామూళ్ళన్నియు వంద రూప్యము లయ్యెను. వ్యాజములో నొక డెప్పుడు వెంట నుండ వలసివచ్చెను. ఆతని రాకపోకల యొక్కయు, సంసారము యొక్కయు వ్యయమంతయు తానే భరింపవలసి వచ్చెను. ఇది దుర్భరమై నానాటికి కష్టమగుచుండెను. అప్పటికి మూఁడు సంవత్సరములు గతించి పోయెను. గాని వ్యాజ్యము విచారణకు రాదయ్యెను. ప్రకాశమునకు క్రమముగా యోపిక తగ్గుచుండెను. విమలానందము మున్నగు వారాతని ముఖ్యసాక్షులుగా నుండిరి. వీరందరు ప్రతివాయిదాకును బెజవాడ న్యాయస్థానమునకేగి, ప్రొద్దు గుంకువరకు, నచ్చట కూర్చుండి తిరిగి వచ్చువారు, ఆన్యాయాధికారి కేసులన్నియు వరుసగావిచారించి ప్రొద్దు గుంకబోవునప్పుడు మిగిలిన నన్నియు మరియొక తేదీకి వాయిదా చెప్పువాఁడు. ఈవాయిదాల కన్నిటికిని వచ్చిపోవుటకు రైలుబండ్లకును, పూటభోజనములకును, తదితర వ్యయములకును మితము లేకుండెను. ప్రకాశ మెట్లో వాని నన్నిటిని భరించి మూఁడు సంవత్సరములు వ్యాజ్యము జరపెను. చివరకు వ్యాజ్యము విచారణలో

నికి వచ్చెను. సుశీల యీలోపలనే ప్రసవించి యొక యాడు శిశువును గనెను. ఆశిశువును చక్కఁగా పోషించుటకే ప్రకాశమునకు కరవయ్యెను. అంతలో నాతఁడటు నిటు వ్యాజ్యమునకై తిరుగుటలో నాపిల్లలతో సుఖముగా కాలక్షేపము జేసుకొనుటకైనను తీరిక గల్గదయ్యెను.

ఈయభియోగము విచారింపక మున్నే రాజమంద్రిలోని రామానందముగారు చనిపోవుట సంభవించెను భరతుఁడచ్చటికి బోవుటలో మరికొన్ని వాయిదాలు కోరఁబడెను. పాపమాతఁడు మరణించునపుడు గూడ ప్రకాశము భరతుల చింతతోనే చనిపోయెను. వారినాతఁడు తలంచని నిముసములేదు. ఆతని యవసాన సమయమున ప్రకాశమునకును, భరతునకును వార్తలంపబడెను. గాని ప్రకాశమచ్చటి బోవుటకే యిచ్చగింపఁడయ్యెను. భరతుఁడొకటిరెండు దినము లాలస్యముజేసి తుదకు బయలుదేరి వెళ్ళెను గాని యాతఁడట్లు బోయెనో యట్లే యయ్యెను. ఆతఁడేగువరకే రామానందము పరలోక గతుఁడయ్యెను. జనకనిమృత కళేబర సందర్శనమైనను భరతుఁడు పొందగల్గెను.

రామానందముగారుగూడ నీవ్యాజ్యములో వాఙ్మూల మియ్యవలసియుండెను కాని యాతఁ డింతవరకే వాయిదాకును వచ్చుటలేదు. ఇర్వురిపక్షమునను, ఆతఁడు వాఙ్మూల మిచ్చుటకై కోరఁబడియుండెను. కాని యెవ్వరి పక్షమునను సాక్ష్యము జెప్పకయే నాతఁడు దివిమల్లోకమున జెప్పదలఁచి కాలోలీలోకమునుద్యజించెనని పక్షవరు తలపోయ సాగిరి. న్యాయస్థానమున నభియోగము విచారణకు వచ్చిన వెంటనే విమలానందముగారియొక్కయు, ప్రకాశముగారియొక్కయు,

మఱికొందరు సాక్షులయొక్కయు ప్రమాణములు గైకొనఁబడి వారు చెప్పెడి విషయములన్నియు వ్రాసుకొనఁబడెను. భరతుని పక్షపు న్యాయవాది కొన్ని యడ్డుప్రశ్న లడిగి చూచెను గాని యివియంతగా పాటింప దగినవికావు. పిమ్మట భరతుని వాఙ్మూలమును, ఆతని సాక్షులగు రాజశేఖరము మున్నగువారి వాఙ్మూలములును తీసుకోఁబడెను. తండ్రియొక వంకను కుమారుఁడొకవంకను వ్యాజ్యములో సాక్షులుగా నుండి యమాయకులగు వాది ప్రతివాదులను నడపించు చున్నారని ప్రక్కనున్నవారను కొనసాగిరి. విచారణలో దీని ప్రతిన్యాయవాదియు విచిత్రముగా జూడసాగిరి. చివర కాతండ్రి కుమాళ్ళసంగతి క్రాసుపరీక్ష లోనికి గూడ వచ్చి, యది న్యాయమూర్తి మనస్సును గూడ నాకర్షించెను. పిమ్మట న్యాయవాదులవాద ప్రతివాదములు జరుపఁబడెను. ప్రకాశము న్యాయవాది యాతఁడు వ్రాసిన దఖలునామా నామమాత్రమే ననియు, కర్మకాండల కాశపడి ప్రకాశం దత్తుగావించు కొనెననియు నది నెరవేరకుండగనే దత్తుఁడు తన హక్కునకు భంగము గలిగించుకొని కులభ్రష్టుఁడయ్యెననియు, నందుచే నాతఁడిప్పుడు దత్తుఁడుగా బరిగణింపఁ బడఁడనియు, నొకవేళ పరిగణించినను తండ్రి కొడుకుల సందిగ్ధావస్థలో భాగ నిర్ణయము గావించుట ధర్మమనియు, నందుచే ప్రకాశమున కర్ధభాగము పంచుటకై న్యాయమూర్తు లంగీకరింప వలయు ననియు, మనవి జేసుకొనెను. భరతుని న్యాయవాది పైహేతము నంతయు ఖండించుచు, దత్తుడు కాని, కాకపోనీ, దానితో నిప్పుడు ప్రశంస లేదనియు, బుద్ధిపూర్వకముగా ప్రకాశమేనాడు దఖలు వ్రాసియిచ్చెనో యానాడే యాతని హక్కులన్నియు నశించెననియు, నందులో వ్రాయబడిన భరణము నొసఁగుటకు భరతున కెట్టియాక్షేపణ ముండదనియు, నయ్యది న్యాయమూర్తుల చిత్తానుసార మివ్వంచవలెననియు వాదించెను. ఈవాద ప్రతివాదము లన్నియు న్యాయ

మూర్తి మిక్కిలి శ్రద్ధాళువై యాలకించెను. విచారణ యాలస్యమైనను, వ్యాజ్యము లందరి నిజానిజములను బరిశీలించుటలో నా న్యాయమూర్తి మిక్కిలి సమర్థుఁడని యచ్చటి వారందరు తలంచుచుండిరి. పాపము న్యాయమూర్తి దయార్ద్రహృదయుఁడు. అతఁడు ప్రకాశము యొక్కదుస్థితి నంతను చక్కగా గ్రహించెను. కాని యేమిసేయుటకును పాలుపోకపోయెను. న్యాయశాస్త్రము ననుసరించి మాత్రము ప్రకాశమునకు భాగార్హత నిచ్చుటకు సాధ్యము కాకపోయెను. న్యాయమూర్తి న్యాయశాసనములకు విరుద్ధముగా బ్రవర్తింప నేరఁడు. ధర్మమునకు, చట్టబద్ధ న్యాయమునకు భేదమప్పుడప్పుడు కలుగుచునే యుండును. అట్టియెడ నాతఁ డవలంబింపవలసినది చట్టబద్ధన్యాయమే అందుచే నిజమైన ధర్మసూక్ష్మమువాది ప్రతివాదులు పొందుటకవకాశమే లేకు ? ఇట్టి ధర్మసూక్ష్మముల బరిశీలించియే మనపూర్వులు యెక్కడివారి కక్కడ పంచాయతీ సభ లేర్పాటు గావించిరి. అందు ధర్మములకే ప్రాధాన్య మొసంగఁ బడుచుండెను. వానివలననే జనులందరు న్యాయమును పొందుచుండిరి. ధర్మబద్ధములైన యా న్యాయస్థానములు కాలవశమున బరాధీనమైన మనదేశములో నశింపఁగా నిఁక మనకు చట్టబద్ధ న్యాయస్థానములే శరణ్యము లయ్యెను. న్యాయమూర్తి మనస్సున నొక సంక్షోభ ముదయించి, ధర్మమునకు చట్ట న్యాయమునకు నొక సంకుల సమరము జరిగెను. అప్పుడు ధర్మమే జయించెను గాని చట్టన్యాయ మొక యుక్తిచే దానిని బడ ద్రోసెను. అందుచే చట్టన్యాయమే నిర్ధారణ గావలసి వచ్చెను.

ప్రకాశము వ్రాసియిచ్చిన దఖలు నామాను పట్టి యాతనికి భాగార్హత నశించెననియు, గాని యాతని పోషణమునకై దగినంత భరణార్హత కలదనియు న్యాయమూర్తి నిర్ణయించి, ఆరు యకరముల భూమిని ప్రకాశ మాజన్మాంతర మనుభవింప వచ్చుననియు, దానిని

వెంటనే యాతని స్వాధీనము గావింపవలెననియు, నిర్ణయించెను. అభియోగవ్యయము లెవరివివారే భరించులాగున నుత్తర్వులియ్యఁబడెను. అంతటితో ప్రకాశమునకు కొంత యూపిరి వచ్చినట్లయ్యెను.

భరతుఁడుమాత్ర మాశాభంగుఁడు కాలేదు. మిగిలిన యాస్థియంతయు తనకే దక్కెనుగదాయని సంతస మాతని ముఖవిలాసము జూచువారికి గోచరమగుచుండెను. విమలానందము మున్నగు పెద్దమనుష్యుల మధ్యవర్తిత్వమున నెట్లనో మిగతి కాండలన్నియు బూర్తిగావింపకుండగనే యాభూమిని ప్రకాశముగారి స్వాధీనము జేసి తండ్రికొడుకులకు తెగతెంపులు జేసిరి. అంతటి నుంచియు ప్రకాశమునకాదత్తుని గొడవ పూర్తిగా నశించెను.

దత్తునిపై వ్యామోహము పోయినపిమ్మట ప్రకాశమునకు క్రమముగా లోలోన కమలపైనను కమలాకాంతునిపైనను ప్రేమముగల్గజొచ్చెనుగాని యది వెల్లడించుటకేయాతని కభిమానముగనుండెను. కలిగిన కాలములో కన్నకుమార్తెను, అల్లుని నిరాదరణజేసితినిగదా నిఁక నేమొగము బెట్టుకొని వారి తో హితోక్తుల నాడగలనని ప్రకాశముసర్వదాతలంచుచు పశ్చాత్తాప హృదయుఁడయ్యెడివాఁడు. అందుచేవారియింటికి రాకపోకలు తఱచుగాలేకుండెను. మానసపరిపక్వమైనపుడు, బాహ్యచిహ్నములు శాశ్వతముగానిలువజాలవు. బాహ్యకర్మలనన్నిఁటిని గూడ మానసమేజయించును. అందువలననే శరీరముపై మన సన్నియధికారములను చలాయించుచుండును. ప్రకాశము కొన్నాళ్ళవరకెట్టును మనస్థిమితములేక నింటికడనేయుండి యెల్లపుడు తనస్థితికై పరితాపపడుచునుండును. కొంతసేపాతనికివైరాగ్యోదయమగును. సంసారతాపత్రయబాధలతో గొంతకాలము వ్యర్థపుచ్చును. పురాకృతకర పరితాపమున తానిట్టి

బాధలన్నియు ననుభవింపవలసినదిగావిధాతలిఖించెననియొకొక్కప్పుడూర డిల్లుచుండును. అయ్యో! చేసినపనియంతయు నడవినిగాచిన వెన్నెలవలె వ్యర్థమయ్యెనే యని మఱియొకమారు తలపోయుచుండును. ఇఁక నా దినములెట్లో వెళ్ళిపోగలవుగాని ఈపసికూనయగు శాంతగతి ఎట్లనా యని మాటిమాటికి విచారపడుచుండును. ఇట్లాతని కాలము సులభము గాజరుగక పెక్కువిచారములకు లోనైయుండెను.

ప్రకాశమునకు క్రమముగా కమలపైనను కమలాకాంతునిపైనను యనురాగము గల్గెను. ఇది పూర్వవ్యామోహమువలె సత్ప్రేరితమై యసహజమైనదికాదు. తాత్కాలికమై ద్రవ్యవ్యయముతో నశించు నదిగాదు. స్వయంభువును అచంచలమును, అవాఙ్మానస గోచరము నైన సహజానురాగము. కాచిన బంగరుకాంతివలె నీయనురాగము పెక్కుపుటములందల్లి వన్నెకెక్కెను. జీవనదీనదంబుల యూటనీటివలె నీయనురాగరసము ప్రకాశము హృదయాంతరమున వెల్లివిరిసి కమల తనూభవులపై బడుచుండెను. వారిద్దరిప్పుడు వరుసగా కదియునా రేండ్ల వారైరి. ప్రకాశముగారిని వారలు "తాతా" యని పిలుచుచు మిక్కిలి సన్మానముతో దగ్గఱకు జేరుచుండిరి. అప్పుడప్పుడు కమల తల్లిదండ్రుల జూచిపోవుటకై వచ్చినప్పుడుమాత్రమే తాతదగ్గఱ జేరుచుండిన యీ పసిబాలుర నెల్లపుడు దగ్గఱనుంచుకొనవలెనన్న తాపమూ ప్రకాశమునకుగల్గెను. కాలవశమున విరాగి రాగియైనట్లుగా నాతఁడు దహోత్రులయం దధికాదరణము జూపుచు వచ్చెను. మునుపు లేని దీయనురాగమంతయు ముక్కునుండియా వచ్చున దని సుశీలయు కమలయుచలోక్తిగానప్పుడప్పుడు పలుకకపోలేదు. ఆతఁడామెత్తిపొడుపు లకు స్పష్టముగా క్షమార్పణము జెప్పుకొనుచునే యుండెను. ఇఁక నా నినెవ్వరేమనగలరు? కమలపైనను, కమలాకాంతునిపైనను, ప్రకాశము

నకు మఱల వ్యామోహము జనించినకొలఁదిని తఱుచుగా నాతఁడు వారియింటికిబోయి చూచి వచ్చుటయు, నెదురుగా వచ్చెడి మనుమల కేదియైన తినుబండారము లెత్తికొనివెళ్ళి యిచ్చుటయు,పండుగ పబ్బలలో వారిని దనయింటికి భోజనమునకు పిలుచుటయు జరుగు చుండెను. పూర్వపుకాన్కత్య దశలోనుండిన గౌరవవిశేషానులీ నాడచ్చుట లేకుండినను, అప్పటికలమానాన్నాదులప్పుడు పెట్టకున్నను,కమలాకాంతుని కిప్పటిమామగారి యాదరణమే వేయిమడుంగులు హెచ్చుగాగన్పట్టెను. ఆతనికొరకై భోజనకాలమునని రీక్షించుచు, నాతని సమపంక్తినే తానును గూరుచుండి యిష్టాగోష్టిగామాటలాడుకొనుచు, నాతఁడు కొంచె మాలస్యముజేసినచో తానుగాని సుసీలగాని పరుగెత్తి వచ్చుచు నిట్లు ప్రకాశముగారు నడచుచుండగా నివియన్నియు జరుగుటజూచి కమలాకాంతునికి పూర్వపశ్చాత్తాపమంతయు నదృశ్యమయ్యెను. లోలోన నాతఁడు తన మాతులుని మెచ్చుకొనసాగెను. పూర్వ చైదము లన్నియు నాతఁడు మనస్సుననే క్షమించివైచెను. కమలాకాంతుఁడు తన తండ్రితాతలవలె రాబడిని గుర్తెఱుఁగక వ్యయముజేయువాఁడుకాదు. ఆతఁడు మితవ్యయమును చక్కఁగానేర్చుకొనెను. కమలయునాతని పరిశీలనలోనక్లే గృహకృత్యములన్నియు నిర్వహించుచుండెను. అందుచే వారికేఁటేట నైదువందలరూప్యములాదాయము మిగులు చుండెను. అట్లేర్పడిన మొత్తముపదియేండ్లలో వడ్డీలతోఁగలిసి యేడెనిమిదివేల రూప్యములయ్యెను. దానితో మఱల నాతఁడుపది యకరముల భూమినిగొనెను.

శాంత దిన దిన ప్రవర్ధమానయై చక్కఁగా విద్యనేర్చుకొనుచుండెను. పాఠశాలలో సంగీతముగూడ జెప్పు చుండిరి. కమల చదువుకొను దినములలోని యుపాధ్యాయులవలె గాక నిప్పుడు విద్యాధికులే యాపాఠశాలయం దుపాధ్యాయత్వపదవి వహించి శ్రద్ధగా నేర్పఁ దొ

డంగిరి. అందుకే శాంత విద్యోపార్థన యందెట్టి లోటుపాటులును లేవు

శాంతకు వివాహ వయస్సు సమీపించుచుండెను ఆమె తండ్రి యనుకూలవరాన్వేషణమునకై నల్దిక్కులు వెదకసాగెను. గాని యెక్కడజూచినను వరుడు దొరకుటయే దుర్లభముగ గన్పట్టెను. కమల వివాహ మప్పుడు మాకు మాకని కలవరించిన బంధుకోటి యంతయు నిప్పుడెక్కడ నుండెనో కంచుకాగడలచే వెదకవలసి వచ్చెను. ఒకరిద్దరు కన్పడినను వారి తల్లిదండ్రులు బాహాటముగా కట్నము లడుగ జొచ్చిరి. ప్రకాశమున కది యిష్టము లేకున్నను యిప్పడాతని యుద్దేశ్యము ననుసరించువారే లేకుండిరి. తుదకెట్లో నతిప్రయత్నముపై నొక వరనిశ్చయము గావింపఁ బడెను. కమలాకాంతుని జ్ఞాతులలో నొక విద్యార్థి కలఁడు. అతఁడు పాఠశాలాంతిమ పరీక్షలో జదువు చుండెను. దానిలో నొక సంవత్సర మాతఁడు తప్పిపోయెను. అతని కారుపుకరముల భూమిమాత్రమే గలదు. వాని తల్లిదండ్రు లైదు వందలైన నిచ్చినగాని శాంతను చేసుకొనమని చెప్పిరి. ప్రకాశమున కిఁక నింతకన్న మంచి సంబంధము దొరకనందున నదియే యొప్పుకోన వలసి వచ్చెను. ఎట్లో తనయొక్కయు సుశీలయొక్కయు భరణముపై నావివాహము చేయింపవలసి యుండెను.

ఈవివాహ భారమంతయు కమలాకాంతునిపై బడెను. అతఁడు ప్రకాశముగారి భూమిని రెండువత్సరముల మక్తాకిచ్చి దానిపై వెయ్యి రూప్యములు దెచ్చెను. దానితో నాతఁడు శాంత వివాహము మిత వ్యయముగా జరపెను. కాని వట్టి యాడంబరములతోను దుర్వ్యయ ములతోను జరుపక జాగరూకతతో జేసిన యావివాహము వైభవో పేతముగనే యుండెను. ఆవివాహమునకు బ్యాండులు, సానిమేళములు బాణసంచాలు మున్నగు నవి లేవు. వివాహమొక్క దినము మాత్రమే

సామాన్య బజంత్రీల మేళముతో ఆప్తబంధువర్గము యెదుట మాత్రమే వివాహము పూర్తిగావింపఁబడెను. బంధువులందరు శాంతకు విస్తారము కానుక లర్పించిరి. వానితో నామె కాభరణములకు సరిపోవునంత ద్రవ్యము లభించెను. సుశీల తన వస్తువులలో గొన్నింటి నామెకిచ్చివైచెను. శాంత భర్తపేరు రమాకాంతుఁడు. ఆతఁడు పరిణయమైన మరుసటి వత్సరములో పరీక్షయందు నెగ్గెను. వెంటనే యాతఁడొక యుద్యోగమున జేరెను. తరువాత కొన్నాళ్ళకు శాంతను దీసికొని వెళ్లెను. శాంతయు పరమశాంత చిత్తయై భర్తతో జక్కగా గాపుర మొనర్పసాగెను.

సప్తమ ప్రకరణము

భరతుని చర్యలు.

భరతుఁడు బెజవాడయందొక నూతనవస్తు నిర్మాణ శాలను స్థాపించెను. అందు బంగరు వెండిసామానులు నిరాఘాతముగా తయారు కాబడుచుండెను. అందెందరో కమసాలులు పని చేయుచుండిరి. వారెల్లరును పనిలో నారితేరిన ప్రావీణ్యులై యుండిరి గాని భరతుని కాపనియందెట్టి యనుభవమును లేకుండెను. వారు చెప్పిడి వాక్యములే యాతనికి వేదవాక్యము లయ్యెను. నిత్యము వారాతనికడ పనికొరకై దీసుకొను వెండి బంగారంబులలో కొంత మిగిల్చుకొని దాని బదులు టంకముగాని, యితర లోహములుగాని వానిలో కలిపి భర్తీ చేయుచుండిరి. వారు చేసెడి వస్తువులు మాత్ర మత్యాకర్షణీయముగను సుందరముగ నుండుచు వచ్చెను. సామాన్య ప్రజలు వానిని జూచి భ్రమపడి హెచ్చుగా కొనసాగిరి. అందుచే నారంభ దశలో భరతుని వ్యాపారము మిక్కిలి లాభకారిగా గన్పడెను. రాగలతిక పలదని

కొనుటకు బోధించినను, లాభదాయకముగానున్న యీవ్యాపారము సాగించుటకు తుదకాతఁడు గట్టిగా నేమియు చెప్పలేదు. ఇపుడు భరతుఁడు రాగలతిక చెప్పినదే ప్రమాణముగా నంగీకరించు దినములు దాటిపోయినవి.

రాజశేఖరుఁడా వ్యాపార సంస్థయందొక యజమానియయ్యెను. ఆతఁడు తన యుద్యోగమునకు నెలకు వందరూప్యములు తీసుకొనుచుండెను. ఎనిమిదికను మూడువందల రూప్యములు ప్రతి నెలలో నిర్వ్యయించి యుండెను భరతుఁడు వచ్చినప్పుడు మాత్రమా పుస్తకముల జూచుచు నుండును గాని నిత్య మచ్చట నుండుటలేదు. ఆతని మార్గములన్నియు వేరుగా నుండెను.

ఆతఁడు తరుచుగా సభల కేగుటయు, నందు వితంతూ వ్యాహములపై యుపన్యాసముల నిచ్చుటయు జరుగుచుండెను. చీమ చిటుక్కుమన్న నెక్కడ వితంతు వివాహమైనను, సంఘసంస్కరణ సభలెక్కడ జరిగినను, భరతుని కాహ్వానము రాకతీరదు. ఇట్లాతఁడు గొప్పవారల ప్రతిసభకు ప్రతివితంతు వివాహమునకు బోవుచు నొక్కఁడనై తినని తలపోయుచు దనవ్యాపారసంస్థను జాగ్రతగా బోషింపఁజాలక పోయెను.

రాగలతిక యాతని వివాహమాడినపుడు తాను స్వేచ్ఛగా నుండునని తలంచెను గాని యామె యిప్పుడు భరతుని యాజ్ఞానుసారము నివాసము చేయవలసి వచ్చెను. అదే యామె కిప్పుడు కష్టముగనిపించెను. ఐనను చేయునది లేకపోయెను. సభలకు బోవుటకు రాగలతిక కెంతయో సంతోషముగ నుండెడిది గాని యిప్పుడా రుచి నాశమే లేదు.

భరతుఁడు సభలకేగుట నేర్చుకొనెను. ప్రతి సమావేశమునకు నాతఁడు సభికుఁడయ్యెను. క్రమముగా నాతఁడు [illegible]

లంకాసాని లేక బుజ్జి బోవుచుండెను. అప్పుడు మిక్కిలి విలువగల నారా ములన్నిటిని గ్రాలుచు వచ్చెను. సామంతులైన సకేళ్ళయొక్కను నితర పెద్దమనుష్యులయొక్కయు, సహాయము ముందువలె భరతునికి సులభముగా లభించదు గాని వారివలన నెంతయో ద్రవ్యనష్టము మాత్రము భరతునికి గలుగుచుండెను. భరతుండు దానిని సంతసింపఁ జేయుటకై మైనా సామానులన్నియు గొని వానికి సమర్పింప సాగెను మరియు వారితో గలసి జూదము లాడుట నేర్చుకొనెను. వేడుకకై యారంభించిన పేకాటలు, పాచికలన్నియు తుట్టతుద కనివార్యములై దినకృత్యములలో జేరిపోయెను. అవి యాడని దొక్క దివసమైన నుండకయ్యెను.

భరతుఁ డింటఁ జేయు భోజనమునకు దక్క నితరవేళల నింటయందు కరువైపోయెను. తరుణ వయస్కయగు రాగలతిక కాతని దర్శనమే యరుదుగా లభించుచుండెను. రాత్రికాలము లందాతఁడు పదిగంటల పిమ్మట గాని యిల్లు జేరకుండెను. అంతవరకు నొంటరిగా రాగలతిక గ్రుడ్లు దెఱచుకొని యుండవలసి వచ్చెను. వచ్చిన పిమ్మట గూడ రాగ లతికకు ముఖము జూచుటలేదు. రాగలతిక యేమి చెప్పినను, చెవిటి శంఖూదిన ట్లయిపోయెను. భరతుండు మాత్రమాతని దారినే బోవుచుం డెను. పాపము రాగలతిక నిస్సహాయయై మెలఁగవలసి వచ్చెను. తల్లి దండ్రులకా దూరమై పోయెను. అత్తమామల కింతకన్న కదిమెడఁ గు లెక్కవదూరమే. కావలెనని చేసుకొన్న మగఁడా యిట్లుండెను. నవనవోన్మేషమంజుల వికసితకుసుమ సౌరభప్రాయమగు నాతస్వాంత పరిపూర్ణ జవ్వనమంతయు నడవివెన్నెలవలె శుష్కింపవలసి వచ్చెను. నిత్యమామె మనస్సు కలతపడజొచ్చెను. ఐనను రాగలతిక భర్తను విడిచిపోవలెనని యెప్పుడు తలంచలేదు. దీనికి ముఖ్యమైన మరొక హేతువుగూడ గలదు. దానిని మీరూహింపఁగలరా? చదువరీ

అపారపారావారమంతయు నీభూచక్రమునకన్న విశాలమై నదియు, నున్నతమైనదనియు నీకు తెల్లమేకదా. అట్లయ్యును నదియేల విచ్చలవిడిగా నీధరాతలముపై బ్రవహించుటలేదు ? దానికి హద్దులున్నవి. కట్టుబాటు గలదు. ఆహద్దులు ఆకట్టుబాటులు దాటి యది సాధారణముగా బ్రవహింపరాదు. ఏదేని యొక వైపరీత్యము కొఱకు మాత్రమే యది హద్దుదాటి వచ్చుటకలదు. అట్లేపశుపక్షి మృగాదులన్నియు నీప్రపంచమున వాని వాని హద్దుల గుర్తెరింగియే సంచరించుచున్నవిసుమీ. ఆరాగలతిక కామానవులకు గూడ విచ్చలవిడి సంచరింపకుండ నెన్నియో హద్దులు గలవు. అవి నిష్కల్మషమాన వాంతరాత్మలు సులభముగా జెప్పఁగలవు. కాని యంతరాత్మ నానలకి ద్రోచి కామక్రోధాద్యరి షడ్వర్గములు మానవ జీవితమం దెప్పుడు పైకి వచ్చుటకు సమయము నిరీక్షించుచునే యుండును. ఇవి లోకానుభవము తక్కువగను, శరీరబల మెక్కువగను గల్గిన యువక సమాజములలో దఱచు గానవచ్చును.

భరతుఁడట్టి సమాజసభికుఁడని వేఱుగ నుడువనక్కరలేదు. ఆతఁడు తనయంతరాత్మ మాటలనాఁతగా బాటింపకక్రమముగా సహవాసదోషముల వలన రాగలతికపై మోహము దగ్గించి మేడిపండు వలె ప్రకాశించెడి వారనారీమణులచేతులలోని కీలుబొమ్మయైపోయెను. అప్పటినుండియు నాతఁడింటికి దూరమై రాత్రి కాలములో రాగలతికను నిస్సహాయగా నుండునట్లు జేసెను. ఇఁక నవయౌవనియగు రాగలతిక పాప మొంటరిగా రాత్రింబవళ్ళెట్లు కాలము గడపగలదు? ఐనను రాగలతిక ధీరురాలు. గుణవతి. అందుచే నన్నిఁటికి నోర్చియుండెను.

స్వేచ్ఛావిహారుఁడైన భరతుఁనకువచ్చిన రాబడినంతయు వారకాంతలకును, సారాయములకును, చీట్లాటలకునువ్యయపరచుచుండెను. అందుచే నదియొన్నాళ్ళకును చాలకపోయెను. దీనికి తోడాతని వర్తక

శాలయందు ప్రతినెల నాలుగువందల రూప్యముల జీతము లియ్యవలసి వచ్చెను. దాని నుండివచ్చు రాబడియే కనుబడక పోయెను. వర్తకశాలనిర్మాణమునకై తెచ్చినమొత్తము పెరిగి దాదాపిప్పటికి పదివేలయ్యెను. అదియుంతయు, నేమైపోయెనో తెలియకుండెను. కొంతజీతములక్రిందను మఱికొంత పనివాండ్రు హరించిన సువర్ణదుష్వర్ణముల క్రిందను మఱికొంత రాజశేఖరముయొక్క స్వేచ్ఛాచంచారముక్రిందను సెలవైపోయెను. ఇది గాక భరతుని డంబాచారములకన్నిటికిని, వేశ్యాలోలత్వమునకును మఱియొక పదివేలయ్యెను. ఈవింశతి సహస్రములతోనిక భరతునకప్పుల నిచ్చువారు లేరైరి అప్పుడాతఁడు వెనుకకు దిరిగి చూచెను. రాగలతిక కంటికెడతెఱపిగానేడ్వని దినమే లేదు. ఆపెకొక్కొక్కప్పుడు భరతుని వదలివైచి వెళ్ళుదమాయని పించుచుండెను. అయ్యో! ఇది పతివ్రతాత్వమునకు భంగమని మఱలఁదలపోయుచుండును. అసలే వితంతువును గదా ఈతఁడు రెండవభర్త గదా ఒకటి రెంటఁజెడిన దానికి నాకింక పాతివ్రత్యభయమేలయని మరియొక మారు తెంపరితనమున నాలోచించు చుండెను. ఎక్కడికేగిన నాప్రారబ్ధమక్కడనేయుండదా? ఇక్కడ వదలి యెక్కడికేగు దానని మఱల పరితపించుచుండును. అయ్యో మగవారిని నమ్మరాదు. పురుషులు కుసుమభృంగన్యాయము ననుసరించువారుగాని పూవుదాలివలె నెయ్యము జూపెట్టరు. నేను తెలియక చేలనైతిని గాని యీవాలకమెవ్వరుసహింతురు ఇప్పటికే పదియకరముల నమ్మివైచినాడు. ఇప్పుడప్పులా యిరువదవేలఁట. కనుక నిప్పుడొక యిరువదియకరములమ్మవలెను. పోనీ సొమ్ముబోయిన దటుండి, సుఖమైన నాకున్నదాయని యోచించినచో నది శశవిషాణమువలె కనుచూపు మేరలో లేకున్నది. అయ్యది గగనకుసుమమైనది. ఇఁకనాథుఁడా వెలయాండ్రకుజిక్కినాపై మాటిమాటికి కలుకవహించుచున్నాడు. నేనువచ్చినక్రొత్త దినములలో జూపెడి

మాయానురాగమంతయు నెచ్చట మాయమై పోయినదోగదా? ఆగోదావరీ పుణ్యసైకతస్థలంబులనేమి యచ్చటి ఘూరారామవిహారంబులనేమి కరిణయూత్పూర్వము సన్నెట్లులాలించి మేలమాడెడివాడు! ఆ లాలన మేలములు అభిగిరేయిమింతలు ఆ చంద్రహాససుందరవదనారవిందము నేడన్నియు స్వప్నమాత్రమైనవి. ఇటనిరాగలతిక తలపోయుచు సంతతచింతాక్రాంతయై దినములు గడుపుకొనుచుండెను.

భరతుని కప్పుపుట్ట గిది కని పెట్టి యింకనుండిన లాభములేదని దుకాణములోని పనివాండ్రు మెల్ల మెల్లగా జారిపోయిరి. నాలెందరు-వెడలిపోవువరకు తలకొక వంద రెండువందల బాకీలోనున్నవారే. వారి వద్దనది వసూలుచేసుకొనుటకు భరతుని కేమార్గముకన్పడలేదు. అందుచే వారిచేత వాగ్దత్తపత్రముల వ్రాయించుకొని వదలివేసెను. పనివాండ్రులేనిది రాజశేఖరమొక్కడేమి చేయును? ఆతనిపనిగూడ యంతముజేయువలసి వచ్చెను. రాజశేఖరము మఱల భూవిక్రయమధ్యవర్తిగానేర్పడి యుండపల్లికిబోయి వచ్చుచుండెను. ఇప్పటికి రాజశేఖరము పూర్వమువలె నుండలేదు. వ్యాపారము నెక్కులన్నియు గ్రహించెను. ధనమెట్లుగడింపవలయునో యా తెలివిడేటలన్నియునతనికిజిక్కెను. భరతునివ్యాపారసంస్థయందాతడు రెండు మూడు వేల యాదాయముజేసుకొనెను. నాటితో గొంతభూమిని తానేకొనవలయునని తలంచెను. ఆతని పొలములోనాదాయము గూడ నిప్పుడాతడు వ్యయము చేసర్చుటలేదు. స్వయంకృషిపైననే యాతడు జీవింపసాగెను. అందుచే నాటిని కింటి వద్దభూమిలో మఱియొక రెండువేలు నిలువయేర్పడెను. భరతుడు విక్రయింపదలచుకొనిన భూభాగములో తాను సగముతీసుకొనదలచి యుండెను. గాని యిదిబహిరంగముగా జేయుట మంచిది గాదని తలపోసెను. అందుచే నాతడుండపల్లి యందువేఱొక పెద్దమనుష్యుని గలుపుకొని భూమిబేరమునుసాగించెను.

ఈసంవత్సరములో భూమిధరలు తగ్గిపోయినవనియు నిప్పుడు కొను వారేలేరనియు, ఊరిభూము లమ్మకమునకు వచ్చినవనియు నందుచే నెవ్వరు గాని యడుగువారే లేరని రాజశేఖరుడు భరతునితో జెప్పుచు వచ్చెను. ఋణదాత లందఱు భరతుని యింటిచుట్టును మూగి బాకీ లిమ్మని వేధింపసాగిరి. మొదట నప్పిచ్చినప్పు డెట్లు బ్రతిమాలి భంగ పడి యిచ్చిరో యదేరీతినే నయభయముల నాతని తొందరపెట్టజొచ్చిరి. ఆబాధపడలేక తుదకాతఁడే ధరకైనను భూమిని విక్రయించును. కొను వాఁడుండిన తోడితెమ్మని యాజ్ఞాపించెను. ఇదే సమయ మని రాజశేఖ రుడు తానిదివరకే యాలోచించియుంచిన భాగస్థుని బెజవాడకు గొని తెచ్చెను. ఆతఁడు భరతుని సమీపించి యెకరమూరు వందలైనచో గొనెదననియు సంతను దమ్మిడి యెక్కువైనను గొనువాఁడు గానని ఘంటాపథముగ బలుకసాగెను. భూమిని నమ్మక తప్పని సరియైనపుడు భరతుఁడు మాత్రమేమి చేయఁగలఁడు? తనయిచ్చవచ్చిన దుర్వ్యయ ములకెంత సెలవు జేసినను, భరతుని కిట్టిబేరసారములాడుటలో మంచి తెలివితేటలే కలవు. ఐనను, ఆతనికి శక్తిసామర్థ్యము లాపాటివి కారు క్రిందపనికి రాకపోయెను. ఎట్టకేల కాధరకే భూమిని విక్రయింపక తప్ప దయ్యెను. అందుచే తన బాకీలన్నియు దీర్చుటకనీసము ముప్పది యైదు యకరముల నియ్యవలసివచ్చెను. ఇంక నింతకన్న గర్తవ్యములే దని రాజశేఖరుడు బోధించెను. భరతుఁడది నిజమేనని తలంచి యాబే రమున కొప్పుకొనెను. ఈబేరములో రాజశేఖరు డెనిమిదియకరముల భూమిని గైకొనెను. ఇదియప్పుడు వెల్లడి కాకున్నను, భరతునకు మెల్ల మెల్లఁగా రాజశేఖరుచే సమయోచితముగ జెప్పఁబడెను. భరతుఁడు దానికేమియు సంకోచింపఁడయ్యెను.

భరతుని వ్యవహారమంతయు పైకి పటాటోపముగను, లోపల గుల్లగా రముగనుండెను. మొదటినుండియు నాతఁడిట్టి వారిచే గొప్పగొం

డెను. పైగ నతఁడు గొప్పసంస్కర్తయు దేశాభిమానిగా నుండెను. పత్రికలన్నియు నీతనితో తుల్యుఁడు లేడని శ్లాఘించుచుండెను. కాని యాతని లోగుట్టు పెరుమాళ్ళకు మాత్రమే యెరుకగా నుండెను. ఆతని దురభ్యాసము లేరికి దెలియరాకుండెను. తెలిసియు నవి ప్రచ్ఛన్నములుగనే యుండెను. సాహసించి బయటి కెవ్వరు వానిని చెప్పబోరు. ఎవరికేమిపని? ఇవి యన్నియు నెల్లడి కాకుండగ భరతు నన్నిప్రక్కలవారును శ్లాఘించుట కొక్క రహస్య కారణమున్నది అదే మన భరతుని ద్రవ్యము కొంచెమో గొప్పయో యనుభవింపనివాఁడందులో లేడు. అందువలన భరతుని కీర్తి మాత్రముజగద్విశ్రాంతమై పోయెను. అదిపూతమెఱుంగు వస్తువలె రాణించుచుండెను కాని యాపైపూతయెన్నాళ్లుండును? దురభ్యాసము లలవాటైన కొలదిని భరతునిరాకపోకలు సభాస్థలుల యందుతగ్గఁ జొచ్చెను. భరతునిరాక ప్రముఖులదృష్టి నెప్పుడాకర్షింపఁబడుచుండెను, అందుచే నిప్పుడురాని కారణముకూడ వారాలోచింపసాగిరి. క్రమముగా వారికిగూడ భరతునిచైదము లన్నియుదెల్లమగుచుండెను. వానిపై నాదరణముకూడ క్రమముగా తగ్గిపోసాగెను.

ఒకనాటిసభలో వితంతుమహిళా సభ లేర్పాటుజేయుట కంగీకరింపబడెను. అచ్చటివారు భరతునిగూడ దానిపై చేవ్రాలుచేయుమనిరి. చేవ్రాలుచేయువారందఱు తమతమ సతీమణులనాసభలో బాల్గొన బంపవలసి యుందురు. కానిభతుని కిదియిష్టములేకపోయెను. అందుచే నాతఁడందు వ్రాలుంచకపోయెను. అప్పటినుండియు భరతుఁడు కార్యశూరుఁడు గాదని తలంపసాగిరి. ఇది జరిగిన పిమ్మట భరతుఁడు బొత్తుగా సభలకేగుట జాలించుకొనెను. ఆతని పేరిప్పు డేపత్రికారాజములోను గానబడుటలేదు. ఆతని పొగడ్తలిప్పుడెచ్చటను వినబడకుండెను.

భూమిని విక్రయించిన పిమ్మట నా దినములలో గాఁబోలు కొంతకాలము భరతుఁడింటివద్దనే యుండుమవచ్చెను. కాని యాతనిముఖ విలాసము మారిపోయెను. వెనుకటి జీవకళలన్నియు దగ్గిపోయెను. రాగలతికతో నెప్పుడోగాని మధుర సంభాషణ మొనర్చుటయేలేదు. రాగలతికతో తాను పూర్వమున్న స్థితిగతులు జ్ఞప్తికి వచ్చినపుడెల్ల భరతుఁడు తన దుష్కార్యములకు లోలోన నిందించుకొనుచునే యుండెను. గాని యది యొక క్షణముమాత్రమే. మరల నాతఁడే వెలయాలి తలంపునఁబడి దానికై పోవుచుండెను.

ఇంతకు భరతుని వయఃపటిమముగూడ సన్నగిల్లెను. ఆతని దుర్వ్యాపారములలోకెల్ల త్రాగుడే క్రమముగా విస్తారమయ్యెను. శరీర పాటవముదగ్గిన కొలది నది హెచ్చుచేయవలసివచ్చెను. నెల కెన్నివం దల బుడ్లో వ్యయమగుచుండెను. మొదటనదియొక నాగరికతకని యారంభింపఁబడిన యీదురభ్యాస మెంతకువచ్చెను.

రిఫ్రెష్మెంటుగదులలోను వారకాంతామణీ గృహంబులలోను నాగరికతా చిహ్నముగను, తాత్కాలకోపయోగముకొఱకును వాడఁబడుచుండిన ఈపానీయమనివార్యముగుటతోడనే భరతుఁడు దాని నింటికడనే సేవింపసాగెను. ఒకప్పుడు మితిమీరి యొడలు దెలియక పడి యుండునంతవరకును త్రాగును మరియొకప్పుడు తెలిసియున్నను మనస్సు చాంచల్యస్థితి యందుండుటచే నేదియో యొక నెపమున నది రాగలతికపై విజృంభించును. అప్పుడామెకు దలనిండుగ దెబ్బలు తగులుచుండెను. అవి తప్పించుకొనుటకు మార్గము లేకుండెను.

రాగలతిక కప్పుడప్పు డాతని వదలివేసి పోవలెనని తలంపు గల్గుచుగాని సాహసము హెచ్చుగా లేకుండెను. పాపము రాగలతిక మిక్కిలి యోర్పుకలది దీనికింకొక కారణముకూడ గలదు. భరతుఁడు తిన్నగా త్రాగుడులేకున్న దినములలో రాగలతికపై పూర్వమున్న ప్రేమయు

గన్పఱుపఁ జాలకపోయినను క్రోధమువూత్ర ముండదు. ఉచితజ్ఞుని వలెనే భరతుఁడు సంచరించుచు రాగలతిక సహాయముతోనే దినములు గడుపుచుండును. ఇదియే యామె చిత్తనిగ్రహమునకు మూలకందమయ్యెను. ఇట్టుండెడి దినములు ప్రతినెలలో పదియుండ వచ్చును. ఇవియే రాగలతికకు సంతోషము గూర్చుచుండెను.

అష్టమ ప్రకరణము.

(దుర్దశ)

ప్రకాశమునకు మఱల మంచి దినములు గతించెను. శనిమహాదశ యతనికి బ్రవేశించెను. అప్పటినుండియు నాతనికి క్రమముగా నేదియో యొక చెఱుపు గల్గుచువచ్చెను. భరతుఁడు భూమి నమ్మివేయుట ప్రకాశముగూడ తెలుసుకొనెను. ఆభూమి పరాధీనమగుట కాతఁడెంతయో సంతాపము నొందెను. కాని ప్రయోజనమేమి?

ఇట్లుండఁగనే యాతని యత్తమామలు చనిపోయిరి. ఆబెంగతో సుశీల క్రమముగా ననారోగ్యవతియై మంచమెక్కెను. కమలయు కమలాకాంతుఁడును, శాంతయు నామెభర్తయు సుశీల కుపచారములు చేయసాగిరి. ఎన్నియో యౌషధము లిప్పించిరి. కాని యారోగమంతకంతకు హెచ్చిపోవుచునే యుండెను.

సుశీల వ్యాధి క్రమముగా సన్నిపాతములోనికి దిగిపోయెను. పిచ్చిచేష్టలు పిచ్చిమాటలు తఱచుగా నామె పల్కుచుండెను అందులోగూడ కమల శాంత కమలాకాంతుఁడు నుంచివారు. ప్రకాశము గారు వారితో నుండవలెను. నా కాలము దాటిపోయినది. నేను వెళ్ళుచున్నాను. నాకై యెవ్వరో పిలుచుచున్నారు. అని యాలోచింప

నాగెను. ఈమాటలు విని ప్రకాశమును తత్కుమారితలును మిక్కిలి దుఃఖింపసాగిరి,

సుప్రసిద్ధాయుర్వేద వైద్య విశారదుఁ డొకఁడువచ్చి సుశీలను బాగుగా పరీక్షించెను. ఆమెస్థితి మిక్కిలి యననుకూలముగ నుండెనని తోడనే గ్రహించెను. అందుచే నాతఁడు వెంటనే పచ్చిగరళము దీసి వాడెను. దానితో సుశీలకు కావలసినంత వేడిమివచ్చెను.

సుశీల యిప్పుడు బాగుగా మాటలాడఁజొచ్చెను. గుణము తిరిగినదని యచ్చటివారెల్లరు తలంచిరి కాని నిజముగా నది యామందు గుణమేకాని వేరుకాదు. ప్రకాశమును, కుమారితలును సుశీల మంచముచుట్టును మూఁగిరి. వారందరు గొల్లున నేడ్వసాగిరి. సుశీల వారి నందరి నివారించుచు నిట్లు పలికెను.

మీరందరు నాకొఱకేమియు విచారింపకుఁడు. నేనదృష్టవంతురాలను. నాదినము లెల్లను సుఖముగనే గడచిపోయినవి. నాభర్త నామాటలెప్పుడు పాటించుచునే యుండెను. అందుచే నాకెట్టి లోటుపాటులు లేకుండెను. నాయంత్యసందేశము మీయందరికిని జెప్పుచున్న దానను. నాభర్త స్వయంకృతాపరాధముచే వృద్ధాప్యమున కొన్ని కష్టములందినాఁడు. అవియన్నియు నొకవిధముగా తొలఁగిపోయినవి. ఆయనను కడతేర్చెడి భారమంతయు కమలాకాంతలదే. వారిభర్తలే యాయనను వేయికండ్లతో జూచుచు పోషింపవలెను. వృద్ధాప్యమున యాయనకుపచరింపవలసిన యదృష్టము నాకులేదు. కమలాకాంతలే యుపచారము లొనర్పవలెను. ' ఇట్లని పలుకుచు సుశీల కమలాకాంతునివంక జూచెను. ఇంక నేమియో ప్రత్యేకముగ జెప్పఁబోవుచున్నదని గ్రహించి యాతఁడు దగ్గరకు జేరెను. అంతట నామె హీనస్వరమున నిట్లనియెను. " నాయనా! నీవు సుగుణవంతుఁడవు. కలిగిన దినములలో నీవంటి యుత్తముఁడైన జామాతకు నేమియు జెప్ప

టకు నోచనైతిని. పైని కష్టము లన్నియు నీపాలై పోయినవి. అజ్ఞాన వశమున జేసిన యపరాధముల కన్నిటికి నేను నాభర్తయు బ్రతిఫల మనుభవించితిమి. తండ్రీ! నీవీ విషయములపై నేమాత్రము సంకోచము బెట్టుకొనకుము. కమల సంగతి నీకు జెప్పనక్కఱలేదు. మీదాంపత్యప్రేమను శాశ్వతముగ నుండుగాక! శాంత చిన్నది. ఇంకను లోకానుభవము చాలదు. సుఖమన నెట్టిదియో యెఱుగని కాలమున బుట్టి పెరిగినది. పాపము! దాని కదృష్టదశములు ముందుండవచ్చును. మీరిద్దరు దానిని కనిపెట్టి యుండుడు. ఇదిగో! నాకాసులపేరు. దీనిని కమలకిమ్ము. ఈవడ్డాణము శాంతకు." సుశీల యొక్కసారి భర్త వంకజూచెను. అది యామెని సెలవు గైకొన గోరుచున్నదనుటను సూచించుచుండెను. సుశీల యింక మాటలాడజాలక పోయెను. మందువేసిచే నింతవరకు బలికెను. ఇంక శరీరము చలిజల్లనై పోయెను.

"అయ్యో సుశీలా! నీ వెంత శీలవతివి. నీవంటి యోగ్యురాలెచ్చటను లేదు. నేనేది చెప్పినదానినే యొప్పుకొని సరిపెట్టుకొనుదానవు. నిన్ను విడచి నేనెట్లు జీవింపగలవాడను? ఇంతకు దురదృష్టవంతుడను నేనే. కానిచో నన్ని కష్టపరంపర లొక్కొకటిగావచ్చి మీదబడుచున్నను, నాజీవితమున కంతము రాదే! నాది వజ్రసన్నిభహృదయము. ఇది భేదింపబడదు. అకటా! నాడే నీవు చెప్పినచో నొప్పుకొనున్నచో నిన్నిపాట్లు రాకుండునేమో? ఎవ్వరు చెప్పగలరు? కాలకర్మవశమెవ్వరు తప్పింపగలరు? నీరోగమున్నంతటికిని మనోవ్యాధియే కారణముగదా. దానిని నిర్మూలింపని పాపాత్ముడను నేనే. నామూలముననే నీప్రాణావసానసమయము దగ్గఱకు సమీపించెను. అయ్యో! సుశీలా." ఇట్లని ప్రకాశ మేదియో తెలిసి తెలియని యాలాపములాడుచు నిస్పృహుండై పడిపోయెను.

సుశీల దినవారములన్నియు క్రమక్రమముగా జరుపఁబడుచుండెను. ఒకప్రక్క నేడ్చుచున్నను, సుశీలదివసములో బ్రాహ్మణులకిచ్చు ముడుపులుమాత్రము తప్పవయ్యెను. ఛత్రచామరాదులు, వస్త్రాభరణాదులు, గోవులు మున్నగునవన్నియు దానపూర్వకముగా బురోహితాది భూసురోత్తములకు జేరుచుండెను. కొన్ని దానము లీయలేక దశదానములకు తోటకూరకట్టయను సామ్యముగా తృణమో ఫలమో నియ్యబడుచుండెను.

ప్రకాశముగాంపేరు పూర్వమునుంచి విన్నవారగుటచే చాలదూరమునుండియు బ్రాహ్మణులు రాదొడఁగిరి. వారందఱు తమలోతాము దానములకై పోట్లాడసాగిరి. పురోహితుఁడు జెప్పునదే యచ్చట వేదవాక్యమయ్యెను. ఘనపాఠులు, జటపాఠులు, చయనులు సోమయాజులు మున్నగు బిరుదులుధరించిన బ్రాహ్మణులెల్ల నాఁడు దానములకై యాసించియే వచ్చిరి. ఇందు కొందరు దానముల బట్టినచో పాతకమని పాత్రలతో తృప్తినొందువారై యుండిరి. మఱికొందఱు మహిష, తిల దానాదులుమాత్రము బట్టరాదని సామ్యముగా ధనధాన్యాదిదానములను గ్రహించుచుండిరి. మఱికొందఱు కాళ్ళుకడిగించుకొన్నచో దానముబట్టినవారమయ్యెదమనియు నట్లుగాకుండ నిచ్ఛామాత్రముగా నిచ్చినచో దీసికొందుమని యావిధమునఁగొన్ని దానములను స్వీకరించిరి. మఱికొందఱు కవిడైనను దొరకమిచే, దొరకినదే చాలునని యేదానమైనను తీసుకొనసాగిరి. ఎవ్వరుగాని గ్రహించుటకు సంశయించెడి దానములు పురోహితునివే యగుచుండెను. తక్కినవారికందఱికిని పాత్రలుగాని, యవిలేనివారికి సంభావనలుగాని యొసఁగఁబడెను.

అంతటితో నాకర్మకాండ ముగిసెను. భూతతృప్తికై యన్నదానము జేయబడెను. బంధుజనమంతయు నానాడచ్చటనే భుజించిరి. సుశీల దివసమైనతర్వాత యెచ్చటవారచ్చటి కేగిరి. ప్రకాశముగా రొంటరిగా

నుండవలసివచ్చుటచే కొన్నాళ్ళపాటు కమలయు, కమలాకాంతుడు నచ్చటనే వసింపసాగిరి. వారిపిల్లలతో ప్రకాశము కాలక్షేపము జేయుచుండెను.

సుశీలానంతరమాపెకు భర్తచే నొసంగబడిన భూమి భరతు స్వాధీనము కావలసివచ్చెను. ఆవత్సరాదాయముతో సుశీలకర్మ పూర్తియయ్యెను. అప్పటినుండియు ప్రకాశము రాబడి మిక్కిలి తగ్గెను. వ్యాజ్యకారణము లేకుండగనే ప్రకాశమాభూమిని వదలివైచెను. భరతుడు దానిని స్వాధీనము జేసుకొనెను.

పాపము భరతునికి సుశీలపై కోపములేదు సుశీల జబ్బుగానున్నదని తెలిసినప్పు డాతడు చూడవలెనని తలంచెనుగాని ప్రకాశము నుజూచి యాసన్నాహమును మానుకొనెను. రాగలతికకుగూడ నత్తగారి నొక్కసారియైన జూడవలెనని కోరికయుండెను. గాని భరతుండే పోనప్పుడు తానుమాత్ర మెట్లుపోగలదు? ఐనను భరతుని కెట్టికబురు రాలేదు. వారదివరకే తెగతెంపులు చేసుకొనిరి. కాని వారి యా తయు హాయిగా ననుభవించుచున్నామను తాపమా దంపతులకే కొక్కప్పుడు గలుగుచుండెను. ఆపరితాపము బాహ్యవృత్తులచే మఱ నడపబడుచుండెను. అంత నాత్మ నిర్మలముగ నున్నపుడెట్టి యున్నతో శ్యములను వెలిబుచ్చగలము? పాపము సుశీలను చూడకున్నను వారియంతరాత్మలో నది యొక బాధాకరమయియే పోయెను.

నుండవలసివచ్చుటచే కొన్నాళ్ళపాటు కమలయు, కమలాకాంతుఁడు నచ్చటనే వసింపసాగిరి. వారిపిల్లలతో ప్రకాశము కాలక్షేపము జేయుచుండెను.

సుశీలానంతరమాపెకు భర్తచే నొసఁగబడిన భూమి భరతు స్వాధీనము కావలసివచ్చెను. ఆవత్సరాదాయముతో సుశీలకర్మ పూర్తియయ్యెను. అప్పటినుండియు ప్రకాశము రాఁబడి మిక్కిలి త... యెను. వ్యాజ్యకారణము లేకుండఁగనే ప్రకాశమాభూమిని వదలివై... ను. భరతుఁడు దానిని స్వాధీనము జేసుకొనెను.

పాపము భరతునికి సుశీలపై కోపములేదు సుశీల జబ్బుగా నున్నదని తెలిసినప్పు డాతఁడు చూడవలెనని తలంచెనుగాని ప్రకాశము నుజూచి యాసన్నాహమును మానుకొనెను. రాగలతికకుగూడ నత్తగా నొక్కసారియైన జూడవలెనని కోరికయుండెను. గాని భరతుఁడే పో... ప్పుడు తానుమాత్ర మెట్లుపోగలదు? ఐనను భరతుని కెట్టికబుఱు రాలేదు. వారదివరకే తెగతెంపులు చేసుకొనిరి. కాని వారి యా... తయు హాయిగా ననుభవించుచున్నామను తాపమా దంపతులకే ... కొక్కప్పుడు గలుగుచుండెను. ఆపరితాపము బాహ్యవృత్తులచే మఱు... నడపఁబడుచుండెను. అంత ... త్మ నిర్మ... ముగ నున్నపుడెట్టి యున్నతో... శ్యములను వెలిబుచ్చఁగలదు? వాఁడుపోయి సుశీలను చూడకున్న... వారియంతరాత్మలో నది యొక బాధాకరమయియే పోయెను.

ణతే, నీసౌజన్యస్వభావమే, నీయుచితజ్ఞతయే, నీయూదర్శములే నీపతి హితైకచింతనమే, పూవునకుందావివలె నీకును వన్నెదెచ్చినవి. అవియే నిన్ను సుగంధివనిపించుచున్నవి. నీనిడారంబరత్వ సద్గుణపుంజమే నిన్న మూల్యాభరణ భూషితగా జేసినది.

భళిరే! నీవు మహాపతివ్రతాతిలకమవు. అందువలననే, నిరంతర దుఃఖరసనిమగ్నవై యుండవలసిన నీవధికోత్సాహముతో, నతివిశాల భావముతో, నానందమూర్తివై యున్నావు.

... ...

నీలీల లద్భుతములు, నీచైదపములు పావనములు, నీయూహ లపారములు, నీయూదర్శము లనేకములు, నీజీవిత విశేషములన్నియు పవిత్రములు.

... ...

కొందరుకాంతలా గంగాతరంగిణియందు తానముడి సిద్ధినొందుదురు. కొందరు యమునాసరస్సుల దరిజేరుదురు. మరి కొందఱా సేతుహిమాచల మధ్యస్థ పుణ్యస్థలముల దర్శింతురు. కాని వారందఱు నిన్నొక్కసారి జూచినచో వారిజన్మలు తరింపవా? నీదర్శన మరుంధతీ దర్శనతుల్యము. నీదీవెన లమోఘశుభప్రదములు. నీ యనుకరణీయము లాదర్శప్రాయములు. భూనభోంతరాళముల నీతో బోటిసేయువారేలేరు. అట్లయ్యును సంతతగోష్ఠి విహారాదులచే నెల్లెడల సంచరించుచునే యున్నావు. ఇదియే నీయపూర్వ ప్రజ్ఞావిశేషము.

నీవెచ్చటనుంటివో యెవ్వరెరుంగరు కాని నీవెల్లరికి గోచరించుచునే యున్నావు. నీసచ్చరిత్ర ప్రవాహము నానాకర్ణపుటంబులంబడి ప్రవహించుచునే యున్నది అది జీవనది దానికింక తెంపిలేదు. సౌజన్యనిధి నీవొక విధముగ ధన్యవే. నీకన్యచింతనమేలేదు. తుంసిపార్ధనలతోను వ్రత నిష్ఠాదులతోను నిత్యము నీవు సుఖముగా కాలము

గడపుచుందువు. నీభర్త దర్శనమెంతకష్టసాధ్యమైనను, దానికై నీ వా యాస పడవు భంగపడవు. పరితపింపవు పరుషలో జెప్పవు. ఆతని నేమాత్రము తిరస్కరింపవు. దూషింపవు, నీయట్టి సాధుశీల లేరే ?

కమలానుశీలలు సుగుణవతులే. కాని వారు నీయంటివారా ? ముమ్మాటికి కాదు. నీకు వారికి బోటియేలేదు.

నీయందు శుద్ధసాత్విక బ్రహ్మానందమే యున్నది. రజస్తమో గుణము లేమాత్రము నీకంటనేలేదు. అందుచే గుణవతులగు సుశీల కమలలు మానవతులేయైనను నీకును వారికి హస్తిమశకాంతర మున్నది. వారిద్దరి భర్తలౌక విధముగా యోగ్యపురుషులు. అట్టివారితో కాపుర మొనరించుట సాధారణకార్యమేగాని విశేషముగాదు. కాని నీవిషయమట్టిదికాదు. భర్తయా దూర్తుండు. అత్తమామలా యాభర్తకే కర్తవ్యము నంతను వదలపెట్టినవారు. ఇదిగాక మాతులుం నేక కార్యాసక్తిచే గృహమునే కాచుకొనువాండుగాడు. నిర్ఝరకాంతా రత్నములవలె నీవు సుఖాసక్తినే గోరుదానవుకావు. నిరంతరదాస్య శృంఖలాబద్ధులగు కొందరు హిందూవనితల వలె నస్వతంత్రురాలవు నుగాదు. సంతతస్వేచ్ఛా విహారులగు పాశ్చాత్యా నారీమణులవలె నీవు విచ్చలవిడి బోవుదానవును గాదు. కాని తరుణీమణీ నీవెవ్వతెవు.

విధ్యుక్తాచరణమే నీ పరమ సౌఖ్యము. బాధ్యతాయుత వర్తనమే నీస్వతంత్రత. "నీయందుబుట్టి పెరిగిన రక్తి కాంతామణియే నిన్ను స్వైర విహారిణి జేసినది. అంతియే గాని నీవెచ్చట బుట్టితివో యెచ్చట పెట్టితివో నేటివరకు లోకులెవ్వరెరుంగుదురు.

కొందరు నీయట్టి గోలవనియు, జేలవనియు, గోలకెత్తుదురు. అది యాలోచన సేయుక తూలబలికిన పల్కులు ములుకులవంటి యాపలుకులు వినియు గూడ నీవేమాత్రము నల్కవహింపవు. తరుణీ

నీపల్కులు చిల్కపల్కులు. వల్కలాజినధరులపాలిటి కవిసల్కములు కలి నీవెవ్వతెవు?

నీవు వేదాంత శిరోమణివనియు, చిదానందవశీభూతవనియు, కొందరు మహాత్ములు నిన్ను దర్శింతురు. కొందరు రాలేక నంతరాత్మయందే సంప్రార్థన మొనర్తురు. త్రికాలజ్ఞాన వేదియని కొందరు నీకు మ్రొక్కులిడుదురు? తరుణీ నీవెవ్వతెవు?

లోకమున గల్పనలేని కవిత్వములేదు. అట్లే మహాత్మ్యము నందును నీబహిరంగ సౌజన్యవర్తన ప్రభావమే యన్ని మహత్తర ప్రజ్ఞావిశేషములను సమకూర్చినది. అవి నీయందున్నను లేకున్నను పనిలేదు. నిన్నాదర్శశీలగా గ్రహించి యెందరో యువతీ మణులు వారి వారి గుణశీలములు క్రమపరచుకొనుచున్నారు. మఱికొందరు నిశ్చలభక్తి పరవశులగుచున్నారు. దాంపత్య ధర్మ మెఱుగుచున్నారు నీభర్తయెట్టిడైనను నీకు పనిలేదు నీకు గావలసినదా కర్తృత్వమొక్కటియే, ఆకర్తయే యొక యధి దేవతగా నారాధింతువు. మానసము నిశ్చలమైనపుడెట్టి వస్తువులైననేమి? చరాచల వస్తుజాలము లన్నింట నిండి నిబిడీకృతమైనవరి పూర్ణజ్ఞుడెందుండడు? అట్లే భర్తయాదిదైవత స్వరూపముగా నిశ్చయింపబడెను. ఆయాకారమెట్టి పదార్థముల తో నిర్మింపబడిననేమి? అది భర్తయే నిజపతి సంసర్శన సంస్పర్శన సుఖాపేక్షచేత నాసతీతిలకమాతని సేవించి, పూజించి! ధ్యానించుట యనునది? ఈమె కట్టితలంపేలేదు. పతి యధి దైవతము అందుచే నారాధ్యుడు. సతీమణి దాని నారాధించు ప్రకృతి. అధి దైవతము నారాధించువారు నిష్కామబుద్ధితో ధ్యానించుచుందురు. అట్లే యీతన్వి మణియు నిరపేక్షయై నిత్యసేవన మొనర్చును. ఇది దాస్యముగాదు. స్వేచ్ఛగాదు. సుఖాసక్తిగాదు. మరేది? విముక్తము.

పరుసమంటినంతనే లోహము పసిడిగా మారును. శాంత మనస్కయు సుస్థిర దృఢసంకల్పరాశియు నగు స్త్రీప్రజ్ఞా విశేషముచే నెయ్యదికాకుండును? భ్రష్టులు శిష్టులయ్యెదరు. నింద్యులు వంద్యులయ్యెదరు. దుర్మార్గులు సన్మార్గులయ్యెదరు. ఇది నీపతివ్రతా మహాత్మ్య విశేషమేగాని యన్యముగాదు. దానికి సాటియేదీ? సాధుశీలయగు సావిత్రీసతి తొల్లి నిజమనోహరుఁడగు సత్యవంతుని ప్రాణములను దేగలిగినది. దండధర దర్శనముకైనను లొంగక నాథుని యుండదయే తనకుండవలెనని ప్రార్థించి యఖండ దిగ్విజయమును బడసినది. నీవుమాత్ర మట్లేలకావు? నీచిత్తశుద్ధివలననే ధూర్తుఁడగు నీభర్త కర్తవ్యమును గుర్తెరుంగుచున్నాఁడు. క్రమముగా నాతఁడు దుష్టవర్తనమును మాని న్యాయవర్తనమును గమనించుచున్నాఁడు. ఇది యెల్లను నీయదృష్టమేగాని వేరొండుగాదు.

చల్లకువచ్చి ముంత దాచనేల? జగద్విహారమగు నిన్నింకను ముసుగులో నుంచుటేల? తరుణీ! నీవా రాజశేఖరుని సతీతిలకమవుగదా! అవును. కమల వివాహమైనంతనే యాతని వర్తనము జూచి పరులెవ్వరు పిల్లనిచ్చుసాహసింపకుండఁగా నిరుపేదలగు నీజననీజనకు లాతని కంటగట్టిరిగదా. అప్పుడైనను నీవేమియు నష్టుజెప్పక వారియాజ్ఞనే శిరసావహించితివి? నీయప్రతిమాన ధైర్యము పితృవాక్య పరిపాలనము మనోహర చరణ సేవాసక్తియు సర్వజనహృదయాకర్షములు. విమలానందముగారి యిల్లు జొచ్చినదాది నీనాథుఁడునీకు దర్శనమే యొసఁగడు. ఇచ్చిన నది భోజనమజ్జనాదులప్పుడు మాత్రమే ఐనను దాని నోర్చిన నీతాలిమి నిరుపమానము.

శాంతాతిలకమా! సంతాపకరమగు నీచరిత్రము మాద్యంతము చదువరులకు నివేదించెదను, రాజశేఖరుని సతీమణియగు నీమె నామము శకుంతల. ఈమె యొక పేద కుటుంబమునకు చెందినదైనను

కులగౌరవాదుల విమలానందముగారి వంశముతో సరి సమానమై యుండెను. ఈమె తలిదండ్రులు మిక్కిలి గౌరవ నీయులై యుండిరి. వారి కష్టబడు లన్నియు నదృష్టవశమున నీమెయందు ఛాయారూపోలి కగా నుండెను. విమలానందము కుమారుఁ డిచ్చవచ్చినట్లుగా దిరుగుట గనిపెట్టి పెండ్లియైనచో భార్యతోఁ గూడియుండునని మొదట ప్రకాశముగారి కుమార్తెయైన భాగుండు ననుకొనెను. గాని యింతలోనే యాకన్నియ వివాహమైపోవుట తటస్థించెను.

అప్పటినుండియు విమలానందము ధనవంతుని కుమారిత నొకదానిని తెచ్చి చేయవలయునని నిశ్చయించెను గాని తా నొకటి దలఁచి నదైవ మింకొకటి తలఁచెనను సామ్యము సత్యమయ్యెను. రాజశేఖరుని దుండగములకు వెఱచి యెవ్వరు కన్యనీయ సాహసించ రైరి. ఆదినములలో కనబడినవారితో నెల్ల పోట్లాడుటయు, లేనిపోనిరగాదాలు దెచ్చుటయు నాతని పనులై యుండెను. వృథావాగ్వాదములును, కాపురుష లక్షణములును, దుష్టజన సాంగత్యమును, వేశ్యాలోలత్వమును రాజశేఖరునికి చక్కఁగా పట్టుబడెను. అందుచేతనే యెవ్వరు గాని పిల్లనిత్తుమని ముందుకు రారైరి.

తరువాత క్రమముగా విమలానందము కొన్నిచోట్ల పిల్లకొఱకై ప్రస్తాపించిచూచెను. గాని వారందఱు గ్రామములోని పెత్తనదారుఁలలో నొక్కఁడగు నాతని మాటలకు మోమోటపడి పైకేమియు జెప్పఁబాలకను లోపల నిష్టములేకను నిదమిత్థము నిర్ణయించక నీళ్ళు నముల జొచ్చిరి.

విమలానందమిఁక వేలయూపన మెంతమాత్రము లాభములేదని కొందఱిని విష్కర్షగా నడిగించెను. వారిప్పుడప్పుడే మాపిల్లలకు పెండ్లిండ్లు చేయమని జవాబొసంగిరి. అట్లాతని ప్రయత్నములన్నియు వ్యర్థములైనంతనే యంతటితో నూరకొనలేను. ఎట్లయినను చక్కని

చుకొనను పెండ్లి జేసినచో నీయిక్కట్టులన్నియు దొలఁగునని నమ్మినవాఁ డగుటచే శకుంతలతండ్రియగు విశ్వేశంగారివద్దకు రాయభారము బంపెను. వీరిగ్రామము మంగళగిరి. విశ్వేశంగారికిని విమలానందముగారికిని పూర్వమునుండియు సంబంధబాంధవ్యము లుండెను. అందుచే నాతని కావిషయమున నేమియు సంశయము లేకుండెను. విశ్వేశముగారితో వచ్చిన పెండ్లిరాయభారులా శుభవర్తమానము దెలిసినంతనే యాతఁ డత్యంత సంతోషస్వాంతుఁడయ్యెను ఇదివర కాతఁడు శకుంతలా వివాహమునకై యాలోచించుచుండిన కణ్వమహర్షి వలెనే లోలోన సంకట పడుచుండెను. ఏమన నాతఁడు మిక్కిలి పేదగా నుండెను. కుటుంబ జీవనోపాధికి చాలినంత భూవసతిమాత్రమే యాతని కుండెను. పెండ్లి కార్యవ్యయ మేమాత్రము భరింపజాలని స్థితిలోనుండెను. ఆతఁడు నిష్కపటి యగుటచేత వచ్చిన రాయభారులతో బడాయిలు జెప్పక తన స్థితిగతులను నివేదించెను. రాయభారులదివిని పెండ్లికయ్యెడి వ్యయ మంతయు విమలానందముగారే భరింతురుగాని యది మంగళాద్రి నృసింహస్వామి సన్నిధినే జరుగవలెననియు, నట్లాదేవునికి మ్రొక్కుబడి యనియు జెప్పిరి. విశ్వేశంగారును శకుంతల యదృష్టమునకై యత్యానందపరవశుఁడై భార్యకుజెప్పి తన యంగీకారము నెఱుంగజేసెను. గాని యాయమాయకుఁడు రాజశేఖరము స్థితిని బాగుగా నాలోచించలేదు.

ఈవివాహము జరుగబోవు నాటివరకు నుండవల్లి గ్రామములో నొక్కరికిని గూడ యీమనుము రాజశేఖరమునకు స్థిరపడిన సంగతి తెలియదయ్యెను. వెళ్ళివచ్చిన రాయభారు లిర్వురును, మఱినలుగురైదుగురు పెద్దలనుతోడ్కొని విమలానందమువివాహమునకై రాజశేఖరుని దోడ్కొని పోయెను. ప్రకాశముగారుగూడ నిందులో నొక్కఁడు. ఈతఁడు పిల్లనియ్యకపోయినను, రాజశేఖరుని పెండ్లిపెత్తనమంతయు తానే జేసెను.

మంగళగిరి పురాతనమైన పట్టణము. ఇది పుణ్యస్థలములలో నొక్కటి. ఇందు నృసింహస్వామి యాలయ మున్నది. ఈస్వామికి పానకాలరాయుఁడను బిరుదున్నది. భక్తులెవ్వరైనను పానకములజేసి యర్పించినవానిలో సగముబోయువరకే స్వామి వెడలగ్రక్కును. మిగిలినదంతయు స్వామివారి భుక్తశేషముగా భక్తులు గ్రహించుచుందురు అందుచే నిత్యమీస్వామికి తైర్థికులు బెల్లముతోఁడను ఖండశర్కరతోడను పానకమునుజేసి యర్పింతురు. ఇచ్చట నెన్నిబిందెల పానకమర్పించిన నది యదృశ్యమై కొండలోపలికి బీల్చుకొనును. ఇంకొక్క చిత్రము గూడ గలదు. ఈపానకముబోయుచోట నొక్కచీమయైనను కానరాదు. ఇది స్థలమహాత్మ్యమని పౌరాణికు లెన్నుదురు. నవీనశాస్త్రజ్ఞులిది పూర్వమగ్నిపర్వతమనియు నిప్పుడు చల్లారినదనియు, లోపల గంధకముండుననియు బల్కుదురు. ఈ రెంటిలో మీరేదగ్రహించినను ప్రమాదము లేదుఁ.

ఈనృసింహస్వామి యాలయము మంగళగిరియను నొకపర్వతముపై నున్నది. దీనికి క్రిందనుండియు ననేకభక్తులచే గట్టింపఁబడిన మెట్లువరుసలు కలవు. వానిపై నిప్పటికిని భక్తులపేర్లెన్నియో గానవచ్చుచున్నవి దూరస్థలములనుండి వచ్చి పోయిన యాత్రార్థుల నామధేయములు గూడ నిందు గన్పడు చున్నవి. వెంకటాద్రిప్రభుడీ స్వామికి గాలిగోపుర నిర్మాణము జేయించెను. కొండక్రిందనే యొక కోనేరును, స్వామి దేవళములును గలవు. ఈదేవాలయ ప్రాకారముననే గాలిగోపుర మున్నది. దీని నానుకొనియే పట్టణమున్నది. ఇందు దేవుని యుత్సవాదులు. కైంకర్యములతి శోభాయమానముగా సంవత్సరముపొడుగునను జరుగుచుండెను.

మ్రొక్కుబడులున్నవారందఱు కేశఖండనవివాహాది శుభకార్యములన్నియు నిక్కడనే జరుపుకొందురు. కొందఱు నిజముగా నేదియో

యొక యాపత్సమయమున మ్రొక్కినందులకే యిచటికి వత్తురుగాని మఱికొంద ఱట్టివేమియు లేకున్నను, కేవలము భక్తితోఁగాకపోయినను, విమలానందముగారి చిక్కులవంటివే కలిగినపుడీనెపమున బరుగెత్తి వచ్చి యిట్టి కొండప్రదేశములలో కార్యములు జరుపుకొని పోవుటయుకలదు. ఇట్టి యొక్క చోటనేకాదు. తిరుపతి మున్నగు మహాస్థలము లన్నిటిలో గూడ నిట్లు జరుగును. ఐనను వీరి కార్యమంతయు దేవునిపేరుననే జరుగుటచే లోకమున కెట్టి సంశయమును గలుగకుండును. విమలానందముగారుకూడ నట్లే కుమారునికి మ్రొక్కుబడియని చెప్పి తీసుకొని వచ్చెను. నృసింహస్వామిసమక్షమున వివాహమొక ఝాములో ముగిసెను. అప్పటికప్పుడే కంకణవిసర్జనమును, నరుంధతీదర్శనమును గావించిరి. నిజమున కాపట్టపగలున దంపతుల కరుంధతి కనుబడనేలేదు. నాటిరాత్రియే శకుంతల పునస్సంధాన మేర్పరచిరి. అంతయు ననుకూలముగనే జరిగిపోయెను. సహవాసదోషము లేనిచో రాజశేఖర మంతదుష్టుఁడుగాదు. నికృష్టుఁడునుగాదు. కాని యిష్టమువచ్చినట్లుగా దిరిగెడి దుష్టబుద్ధుల మైత్రితో నితఁడు భ్రష్టత్వమునొంది శిష్టజనద్వేషియై పోయెను.

శకుంతలా పునస్సంధానమైన కొన్నినాళ్ళ వరకును రాజశేఖర మత్తవారింటికడనే యుండెను. ఉన్నదానిలో లోటుపాటులు లేకుండగనే యత్తమామ లల్లుని యాదరించుచునే నాతనికి గావలసినవెల్ల నిచ్చుచుండిరిగాని రాజశేఖరునికి వారిమర్యాద మన్ననలు చాలకపోయెను. ధనవంతునికుమారుఁడగు రాజశేఖరుని తృప్తికై విశ్వేశ్వముగా కొన్ని మోపాట్లు బడుచునేయుండెనుగాని యవియింకను రాజశేఖరుని దృష్టిలో సాధారణములే యైపోయెను. అతనికి నగరములలోవలె కాఫీ యుపహారాలు తెల్లవారునప్పటికి గావలసియుండెను. కాని యాగ్రామములో నలవాటులేదు. కత్తెరమార్కు సిగరెట్లు కావలసిన యాతని కాయూరి

రాగాను నీయుదోశగిరి. ఏదైని బజారున దెప్పించుటకు విశ్వేశంగారు ధనవంతుఁడుగాడు. ఇట్లొకవిధముగా రాజశేఖరుని కత్తమామలయందును, తత్కారణమున నిల్లాలియందును నిరాదరణము గలుగజొచ్చెను. ఇంతలో నూతనదంపతుల నుండపల్లికి దీసుకొనివచ్చిరి. అందుచే నాతని నిరాదరణమంతగా నత్తమామలకడ వ్యక్తముగా లేదు. మఱియొక కారణముగూడ కలదు. శకుంతల సుందరియైనను వర్ణము శ్యామవర్ణము గలదిగా నుండెను. రాజశేఖరునిదృష్టికి శ్యామవర్ణము హీనమైనది. అందుచే నామె శరీరకాంతి యాతని దృష్టి నాకర్షించుకొన జాలకపోయెను. ఇదిగాక ముగ్ధయగు నాకాంతకు హావ, భావ, విలాసాదులలో నైపుణ్యము తక్కువగ నుండెను అదివరకే గణికాంగనల కూటమిలో నుండిన రాజశేఖరుఁడవి యన్నియు ననుభవించినవాఁడగుచే శకుంతల నిపుడా హీనతకెంతయు మానసములో రోతజెందెను. కాని యేమియు బల్కుటలేదు. క్రమముగా నిదియంతయు శకుంతలపైని విముఖుఁడగు నట్లుగా జేసెను. కాని ధీరస్వాంతయగు శకుంతల దీనినెవ్వరికిని జెప్పనే లేదు. సరిగదా నేమాత్రముగాని చింతించనుకూడ లేదు.

శకుంతల యది యంతయు దనపూర్వ సంచితమని తలపోసెను. ఆమెకు దినదిన మాధ్యాత్మికచింత హెచ్చయ్యెను. దానితో పతిభక్తియు, విస్తారమయ్యెను. ఆతని శుశ్రూషజేయుటయే కైవల్య సాధనోపాయమని గ్రహించెను. ఆతని దర్శనమే దేవతా దర్శనమువలె నెంచుకొనెను. దానికై యెల్లపుడు నిరీక్షించుచు, సంతత భగవధ్యానచింతానిమగ్నయై మెలఁగజొచ్చెను. నిత్యమామె తులసిపూజ చేయుచుండును. ఏదియో నొక వ్రత నెపమున పుణ్యాంగనలను బిలిచి పసుపుకుంకుమలు పండ్లు మున్నగునవి పంచిపెట్టుచుండును. ఈమె సుగుణపుంజములకు మెచ్చుకొనివిమలానందము వ్యయమునకైన

నోర్చుకొనెడివాఁడు. ఇక రాజశేఖరుని కానొకవయే పట్టునుగదా.

ఈప్రకారముగా దినములు మాసములు, సంవత్సరములు గతించిపోయెను. రాజశేఖరుని దుష్కీర్తియు శకుంతలకు కీర్తియు దిగంత విశ్రాంతములై పోయెను. ఇవియప్పుడప్పుడు వారి కర్ణపుటంబులం గూడఁబడుచుండెను. అవి విన్నపుడెల్ల వారిద్వరును పశ్చాత్తాప మానసులయ్యెడివారు. కాని కారణములు వేరువేరుగా నుండెను. అవి మీరూహించుకొనిరనే యుందురుగదా.

భరతుఁడు సువర్ణవస్తు నిర్మాణశాల బెట్టినదాది రాజశేఖరునికి ద్రవ్యోపార్జన మెట్లో తెలియజొచ్చెనని ముందే తెల్పి యుంటిమి. సంపాదించిన వాఁడెప్పుడును సులభముగా సెలవొనర్పఁజాలఁడు. అందును దుబారావ్యయముల కసలే యంగీకరింపఁడు. సంపాదన హెచ్చుగా జరుగుచున్నపుడును, లేక నది నిత్యకృత్యములకు సరిపోవునట్లుగా నున్నప్పుడును మాత్రము దానిని ఖర్చుచేయుటకు వెనుదీయరు. ఇది లోకస్వభావము దీనికి విరుద్ధముగా గూడ గొన్నిప్రత్యేకవ్యక్తులుండుటయు నైజమే. రాజశేఖరుఁ డింతవరకు విచ్చలవిడిగా భరతుని ద్రవ్యమువాడినవాఁడు. ఇప్పుడాతఁడు తనకు వచ్చెడి వందరూప్యముల జీతములో నేమాత్రమును సెలవు జేయుటలేదు, దానిని భద్రముగా నెప్పటికప్పుడు సేవింగ్సు బ్యాంకులో వేయజొచ్చెను. వస్తువిక్రయములలో కాజేసిన సొమ్ముతో తన నిత్యవ్యయమును భరించుచు వచ్చెను.

కూడినకొలఁదిని కుండలకున్ను మురను సామ్యముగలదు. రాజశేఖరుఁడు సంపాదనపరుఁడైన కొలఁదిని యాతఁడు చేయు ఖర్చు లన్నియు మట్టమయ్యెను. ఇప్పుడాతఁడు పానీయములకుగాని, వనితా వ్యామోహములకుగాని ద్రవ్యము వ్యయమొనర్చుట లేదు. అందుచే నీతఁ డెప్పుడును సొమ్మునందే యుండుచు వచ్చెను. అంతమ్మాక యూరఁగా

క్కడే చేయుచుండెను. ఆవస్తువుల విక్రయములో నాతఁడొక వీస పాలుహరించుచు వచ్చెను.

క్రమముగా నీతని దృష్టి స్వగృహ యోగమునకై మఱలెను. ఇంటికి కావలసిన వస్తు సంభారము లన్నియు నాతఁడు విజయవాడ నుండి పంపసాగెను. వారమున కొక తూరియైన నుండవల్లికి వచ్చి పోవుచుండెను. అప్పుడెల్లను శకుంతల ననురాగముతోనే జూచుచు వచ్చెను. శకుంతల తన పుణ్యా వశమున భర్త దారికి వచ్చుచున్నాడని సంతసించెను గాని యుబ్బితబ్బిబ్బులు పడదయ్యెను. ఇంతలో రాజశేఖరము తల్లిదండ్రుల మన్ననలకు పాత్రుఁడయ్యెను. ఆతఁడు సంపాదనలోనికి దిగి మంచి దారికి వచ్చుచుండుటయే దీనికి కారణము. రాజశేఖరము గూడ మునుపటివలె నుండక మాతాపితృభక్తి గల్గి వారికను సన్నలనే మెలఁగుచు వచ్చెను. కొంతకాల మిట్లు గడచెను. ఈదినములలో శకుంతల పూజా పురస్కారములును వ్రతోద్యాపనలును హెచ్చి యెల్లరకు నామె సుగుణపుంజములు వెల్లడియైపోయెను ఇది పూర్వచరిత్రము.

కాలమొక్కరీతిగా నుండదు. ఓడలు బళ్లు బండ్లోడలు నగును. ఈదినమున లక్షాధికారి రేపట భిక్షాధికారి యగును. నేడు సంపాదన కుశలుఁడుగా నున్న రాజశేఖరమునకు గూడ నట్టే భంగము కల్గెను. భరతుని వాణిజ్యశాల యింతలో నెత్తివేయఁబడెను. అందుచే నాతని యుద్యోగ మంతరించిపోయెను. కాని యాతఁ డిదివరకు సంపాదించిన ద్రవ్యముతోడను, ఇంటివద్ద మిగిలెడి దానితోడను కొంతభూమిని కొనబడెను. ఇక నాతఁడు సంపాదింపక పోయినను, కుటుంబమునకు కావలసినదిలేదు. అందు నీతఁడొక మాదిరి ధనవంతుఁడే గాని నిరుపేద గాడుగదా. రాజశేఖర మప్పటి నుండియు తనవాసము విజయవాడనుండి యుండవల్లికి మార్చుకొనెను. ఈమార్పు జరిగిన నాటి

నుండియు నాతఁడు గ్రామములో జాగరూకుఁడై సంచరించుచునే వచ్చెను.

వచ్చినవాఁడు చచ్చినను పోదను లోకసామ్య మున్నది. రాజశేఖరుఁడు రౌడీలలో నొక్కఁడని గ్రామములో నెల్లరి హృదయములలో దలఁపబడుచుండెను. ఇప్పు డాతఁడు మునుపటి వర్తన మంతయు వదలి పెట్టి యింటికివచ్చి న్యాయమార్గమున నున్నను జను లాతని నాఁటి రీతినే యనుమానించుచు దగిన మర్యాద మన్నన లీయకుండిరి. దీనికై రాజశేఖరుఁడు లోలోన పశ్చాత్తాపము జెందెడి వాఁడు. ఒకొక్కప్పుడు బహిరంగముగా బల్కువాఁడు. కాని ప్రయోజనమేమి? లోకులు కాకులనుటకు కారణములేకపోలేదు. ఒక రేదైన బల్కినచో దాని నందఱనెవరుగాని సాధారణముగా నిజానిజముల నారయులేరు. ఏవస్తువెట్టి పరిణామ దశలోనున్నదో గ్రహించెడివారు మిక్కిలి యరుదు. దానిని గుర్తెఱిఁగి పూర్వమున్న భావమును మార్చవలెనన్నచో 'గోటితో జేసెడి పని గొడ్డలితో జేయవలసి నట్లుండును అప్పుడైన నది సంపూర్ణముగా ముగియదు.

పూవు పరిమళించినకొలందిని దాని సువాసన వాయువులోఁగలసి లోకమంతయు వ్యాపించును. అట్లే నదీనదంబుల ప్రవాహము గూడ దేశదేశములగల నానా భూములలోకి బోయి యచ్చట నింకిపోవును. వీనిని తిరిగి బోగుచేసి తెచ్చి పూవునందుగాని, నదీ నదములయందు గాని యుంచుట మానవ సాధ్యమగు కార్యముగాదు. సాధ్యాసాధ్య విచారణ మటుండనిచ్చి యది ప్రకృతి సిద్ధమైనదియును గాదు.

రాజశేఖర మింటికడనుండి వ్యవసాయమును శ్రద్ధతో జేయఁ సాగెను. శకుంతలపై నాతని ప్రేమానురాగము గాఢమై పోవుచు వయోవృద్ధులగు నాతని తల్లిదండ్రులు సంసారభారమంతయు నాత

నిపుణవైరిరి. రాజశేఖరునుగూడ విస్పష్టీకనుభవము సంపాదించినను, నేపని జేయఁదలపెట్టినను వారి నడిగియే చేయుచు, వారికి గావలసిన సపర్యలను భక్తితో జేయుచు వారిని ప్రీతులం జేయుచువచ్చెను.

దశమ ప్రకరణము.

ప్రారంభము

మనము రాగలతికా భరతులవిషయము గ్రహించి చాలకాలమైనది. కావున వారేమి చేయుచున్నారో పోయి గమనింతుము. చదువరీ! నీకింతను సంసారభారము లోకానుభవము కొఱంతగానున్నచో రాగలతికా భరతుల వృత్తాంతమువల్ల పూర్తి కాఁగలదు. కావున శ్రద్ధాళువై పఠింపుము. భరతుని దుర్జనతలచే విసువెత్తిన రాగలతికకు విజయవాడయందేమియు సౌఖ్యదాయకముగ నుండదయ్యెను. అందుచే నొకపర్యాయము పూర్వపరిచితమగు రాజమండ్రికి బోయి యచ్చట ప్రాతస్స్నేహితురాండ్రతో కొంతకాల ముండవలెనని తలంచెను. సమయమునకై నిరీక్షించి యొకనాడామె తనసంగతి భరతునకు నివేదించెను. ఆవేళవిశేషమేమియోగాని యాతఁడు దానికి వెంటనే సమ్మతించెను. రాగలతిక బయలుదేరి రాజమహేంద్రపురి జేరి యచ్చటి శరణాలయమున నొక మిత్రురాలి బసలో ప్రవేశించెను. పూర్వము తనతోపాటు చదువుకొన్న వితంతువు లిద్దరు ముగ్గురచ్చట యుపాధ్యాయినులుగా కాలముగడుపుచు బ్రహ్మచర్యవ్రతము నల్పుచుండిరి. వారే రాగలతిక రాకకు సంతసించి బసనొకదాని నేర్పఱచిరి. వారు రాగలతికకు సంతోషము గొల్పునట్టు లెన్నియో వేడుకలు, విందులు కల్పించిరిగాని రాగలతిక ముఖము దీనముగా నుండుటవల్ల విచారవ

నారిరి. రాగలతిక వారిద్దరి స్థితియు తనదానికన్న మిక్కిలి స్వేచ్ఛగను సౌఖ్యముగ నున్నదని గ్రహించెను. గతజలసేతుబంధనమువలె నిప్పుడు దురపిల్లిన ప్రయోజనమేమియు లేదనియు, ప్రారబ్ధమనుభవింపక నెవ్వారికిగాని తీరదనియు నామె చివరకు తనవిషయమై నిశ్చయపరచుకొనెను. స్నేహితురాండ్రు భరతుని ప్రస్తుతస్థితికెంతయు మిక్కిలి విచారించి, రాగలత నూరడించిరి. భరతుని దారికి దెచ్చుటకై రాగలతికకనేకవిధములగు సలహాలను వారొసగుచుండిరి. ఒకనాడు వారందఱికి క్రింది రీతిగ సంభాషణము జరిగెను.

రాగలతిక—అక్కయ్యలారా! మీయందఱిమధ్యను నేనిప్పుడు హాయిగానున్నానుగాని నాసంసారస్థితి దలంచినపుడెల్లను మిక్కిలి భయమగుచున్నది. నిజముగా మీరే ధన్యురాండ్రు. మగనాలినై సంచరించుటకన్న వేరొండు బంధనమేమియు లోకమున కష్టముగాదని నాస్వానుభవమున దెల్పుచున్నాను.

శ్యామల—అక్కా! నీవు పొరబడుచున్నావు. ఆడుదియైపుట్టినపుడే, మగనాలిగమ్మని విధాత లిఖించియుండెను. అదియొక బంధముగానెంచుట కూడదు. దానిని మనసౌఖ్యమునకయియే భగవంతుడు సృష్టించెను. కఠినచిత్తులగు కొందఱు పూరుషులు మగనాలిని బాధించి తుదకు తమ్ముగట్టుత్రాళ్ళు తామే తెచ్చుకొందురు. చూడుము పుష్పావతి కమలావతి పునర్వివాహితులై చక్కగా కాపురముచేయుచుండుటలేదా అంతియేగాని స్త్రీ మగనాలిగానుండుటకన్న కావలసినదేది? కాని మేమీజన్మమున నట్టిభాగ్యము నోచుకొనలేదు. అందనిమ్రానుల కఱ్ఱులు చూచుటేల యని మాకు తోచువిధముగా దేశసేవ జేయుచున్నాము.

రాగ—అక్కా! శ్యామలా! పుష్పావతి కళావతు లదృష్టశాలులే. దానికి నేను కాదనుటలేదు గాని నిజముగా మీరు చేసెడిపనియే

శ్లాఘనీయమైనది. స్వల్పభోగమున కాసించి నేనొక పురుషుని చెప్పుచేతలకు లోబడియుంటుట, తప్పనియే నాయంతరాత్మ యిప్పుడు తేటతెల్లముగా బోధించుచున్నది. అందును ఋజువర్తనములేని వారితో గలిసి మెలసియుండు బాధ్యత నాకెంతవఱకుండును? నేను మీవలెనే స్వేచ్ఛగానుండి దేశసేవ జేయనైతినే యని చింతించుచున్నాను. ఒకొక్కప్పుడు నేను నాభర్తనువదలి యిచటికి రావలెననుకొందును

పద్మావతి—రాగా! నీవనురాగవతివై భర్తతో సర్వసౌఖ్యముల బొందెదవని తలంచితిమిగాని యిట్లగునని తెలియఁజాలమైతిమి. మనము చిన్నతనముననే ప్రారబ్ధవశమున విగతభర్తృకలమైతిమి. దైవహతులమగు మనమంతటితో నూరకొనక, దీనిని క్రొత్తగా దెచ్చిపెట్టుకొంటిమి. కావున నిప్పుడు చేయదగినది కానరాదు. నీవు మఱల కొన్నాళ్ళయినను సుఖమనుభవించితివి. ఆసుఖమెట్టిదియో యెఱుగక మేము నిత్యమాందోళన పడుచుందుము. కనుక కష్టసుఖములీ ప్రపంచములో కలిసియే యున్నవిగాని కష్టములువచ్చినప్పుడు మన మోపికపట్టజాలక యిట్లనుకొందుము. అందుచే కష్టసహనముకై తగినంత యోపిక పట్టవలెను. నీవన్నట్లు మేము కష్టమునకు దూరులమైతిమిగాని సుఖమునకు గూడ దూరులమే దేవసేవయే మాసౌఖ్యముగా నెంచితిమి. స్త్రీలోకమున పశుప్రాయులుగా నున్నవారికొకింత జ్ఞానప్రసారము మావలన నయ్యెనేని అదియే మాకు గొప్ప శుభమని నిర్ణయించుకొంటిమి. నీవు మాత్రమట్టి శుభమునే కోరుదువేని, నీయింటికడనే నల్గురు బాలికలకు నీకు వచ్చినవిద్య నుపదేశించి, వారిని జ్ఞానవంతుల జేయరాదా నీభర్తకై నీవు చింతిల్లకుము. అతని నీవారాధింతువుగాని ప్రతిఫలమునకై యాసింపకుము. నిష్కామమైన యారాధనచే నన్నియు సమకూరగలవు సుమీ. ఇది భగవద్గీతావాక్యమని నీకు తెలిసియే యుండును గనుక మఱపు జెందకుము.

శ్యామల—లతికా! శ్యామ జెప్పినది ముచ్చటగనే యున్నది. అవకాశము చిక్కినపుడెల్ల నీవు పదిమందిపిల్లలతో కాలము గడుము. నీచింతనంతయు మఱచిపోవుదువు. నీమనస్సునకు శాంతి చేకూరును. నీకష్టసుఖములను గుఱించి నీవు తఱచుగా వ్రాయుచుండుము. ఇటీవల ఉత్తరములు వ్రాయుటయే మానినావు.

రాగ—నిజమే శ్యామలా! సంతతాందోళనాయత్తచిత్తముతో నేను మిమ్ముల నందఱిని మఱచితిని. దానికి నన్ను మన్నింపుడు. నేనిక మీయుండఱిసెలవును గైకొని స్వగృహమున కేగెదను. ఇంతమాత్ర మనకాశమైనను నాకు నాభర్త యొసంగినందుల కాతని కనేక ధన్య వాదములు.

శ్యామల, పద్మావతి—నిజముగా మేముగూడ నట్లే సమర్పిం చుచున్నాము.

వీరిట్లు మాట్లాడుచుండగనే యొక సేవకుఁడు వచ్చి రాగలతిక కొక యుత్తరమిచ్చెను. దాని నామె నాతురతతో జదివి వారల కంది చ్చెను. అందిట్లు వ్రాయఁబడియుండెను.

విజయపురి,
4—7—20

లతికా,

నీవిచ్చటినుండి వెళ్ళినదాది నాకు జ్వరము తగులుచున్నది అది క్రమముగా హెచ్చుచున్నదిగాని తగ్గకున్నది. నాకు పరిచర్యజేయుటకై యెవ్వరును లేకన్నారు. అత్తమామలు తల్లిదండ్రులు లాప్తులందఱు నిది

వరకేదూరమైనది గదా. నీవుకూడ దగ్గఱలేకపోవుటవల్ల నాకు మతి స్థిమితములేదు. కావున వెంటనే బయలుదేరి రావలెను.

ఇట్లు,

“భ ర తు డు.”

భరతుని వార్తవిని వారందరి మనస్సులు చిన్నబోయెను. లతకు గోరుచుట్టుపై రోకటిపోటువలె నయ్యెను. వెంటనే వారందఱివద్దను సెలవు దీసికొని విజయవాడ కాయబలప్రయాణ మయ్యెను. సేవకుఁడును తానును రెండుగంటల బండికి నెక్కి సాయంకాల మూఁడుగంటలగునరికి బెజవాడ జేరిరి. ఇంటికి వచ్చునరికి భరతుఁడు మిక్కిలి బాధపడుచుండెను. ఆతనికి విదాహము పుట్టెను. జ్వరవేగము హెచ్చుగనే యుండెను ఆతఁడీదివరలో స్వేచ్ఛానుసారముగా దిరిగి తెచ్చుకున్న సుఖవ్యాధులే యాజ్వరమునకు కారణమని వైద్యులు నిర్ణయించిరి. భరతుఁడు తనకు జీవితాశలేదని క్రమముగా నధైర్యపడుచుండెను. రాగలతిక మాత్రము లోపల భయపడుచున్నను పైకాతనికి ధైర్యము జెప్పుచుండెను. ఎవరేమి చెప్పిననేమి! వ్యాధి యంతకంతకు తీవ్రమయ్యెను. భరతుఁడప్పుడు లతికను జూచి యిట్లనెను. ‘ లతికా! నీవునన్ను పెండ్లాడినందులకు సుఖపడలేదని నేనెఱుఁగుదును. మనమిద్దరము ప్రేమించియే వివాహమాడినను ప్రారబ్ధముచే నాప్రేమము కొలఁది కాలములోనే మార్పుజెందినది. అందుచే నిరువురకును సౌఖ్యము గల్గగలేదు. ఇందులో నాతప్పిదమే హెచ్చుగా నున్నదని యొప్పుకొనుచున్నాఁడను. బంధుమిత్రాదులందరిని నేనయిష్టుఁడనై పోయితిని. పెంచుకున్నవానికా విరోధినైతిని. పోని యాతని వంశమైనను వృద్ధిగాంచినదా? అదియును లేదు. తనకాతనితో పోవలసిన వంశము నాతోనేగాక, నేను సంపాదించిన యాస్తిమతోడను, నాపెంపుడు తండ్రివలెనే [illegible]

యంతరింపను. కృష్ణమనే నా యుపకర్త్రి క్షమాపణము జెప్పుకొనియు ప్రయోజనములేదు. కాని యీ యాయన యుప్పు పులుసు దిన్నందుల కాతనిపై విశ్వాసముమాత్రమున్నది. దాని కార్యరూపమున బెట్టజాలక పోయితిని మదాంధుఁడనై యొక లెరుంగక చేసిన నా యపరాధము లన్నిఁటికి నేను పరలోకమున నుత్తరవాదినే నైయుండెదను నీకిప్పుడే నేను స్వేచ్ఛ నొసఁగుచున్నాఁడను. నీవు నావితంతువుగా నుండనక్కరలేదు. నీయిష్టమున్నచో మరొక వరుని చేఁబట్టి సుఖింపుము. లేదా నీయిచ్ఛవచ్చిన తెరంగున నుండుము. నా యాస్తి నంతటిని నీకేయిచ్చి పోవుచున్నాఁడను.'

ఈమాటలన్నియు వినువరకు లతికకు భయము విస్తారమయ్యెను. అప్పుడు బిగ్గరగా నేడువసాగెను. భరతుఁడు సైగలచే నామె నోదార్చెను. భరతుని జబ్బుగా నున్నదని తెలిసి రాజశేఖరుఁడు పల్లెనుండి వచ్చెను. ఆతఁడు వచ్చువరకు భరతుఁడు కొనయూపిరితో నుండెను. డాక్టరు వచ్చి చూచి నిష్ప్రయోజనమై వెడలిపోయెను. భరతుఁ డొక్కసారి రాజశేఖరుని వంక, మరొకసారి రాగలతి వంకను కన్నులు దెఱచి చూచి వారి రోదన ధ్వనుల మధ్య తన తుదపటి యూపిరిని వాయువులో గలిపివైచెను.

ఏకాదశ ప్రకరణము

(గాతులు దర్పనము)

భరతుఁడు చనిపోయిన పిమ్మట రాగలతిక రాజశేఖరుని సాయమున నాతని యపరకర్మ లన్నిఁటిని ముగించివైచెను. ప్రకాశము గారు మున్నగు పూర్వాచార పరాయణులు ఆసమయమునను రాలేదు.

కాని రామలక్ష్మణులు మాత్ర మెట్లో తెగువజేసుకొని వచ్చిరి. అప్పటికి దేశములో వితంతు వివాహములు విచ్చలవిడిగా జరిగిపోయెను. బహిష్కారణము చాలా సన్నగిల్లెను. అందుచే రామలక్ష్మణు లిప్పుడు పూర్వాచార సాంప్రదాయకులకు భయపడలేదు.

ప్రకాశం మున్నగు వారు గూడ భరతుని మరణమునకై పశ్చాత్తాపము జెందకపోలేదు గాని వితంతూద్వాహుల యింటికి వచ్చుటకై వారు పూర్వసాంఘిక కట్టుబాటులకు లోనైపోయిరి అందుచే సంఘసంస్కారులగు కొందరు బంధుగులు తప్ప తక్కినవారెవ్వరును భరతుని దివసమునకై రాలేదు. నవీన నాగరక తానుసారముగ కొందరు రాగలతికకు సాను భూతిలేఖల నంపిరి. వారందరును భరతుని స్నేహితకోటిలోనివారు. ఇంక వైదిక బ్రాహ్మణులకు మాత్రము కొరంతలేదు. వారు విరివిగావచ్చి యచ్చట నిచ్చిన దానధర్మములన్నియు గైకొనియే పోయిరి. సుశీలా దివసమున నెట్లో నీమారు నట్లే వారివిషయమై జరగెనని చెప్పవచ్చును.

ప్రకాశముగారికి భరతునిపై నెట్టి పూర్వ క్రోధమున్నను ఆతని మరణవార్త నాలించినంతనే యాతఁడు దాని నంతను లోలోపల మ్రింగివైచెను. అప్పటినుండియు నాతఁడు మిక్కిలిగా విచారింప సాగెను. ఒక్కొక్కప్పు డాతని విచారము మితిమీరి పోవుచుండెను. భరతుఁడు దుర్మార్గుఁడైనను కాకున్నను, నల్గురు కుమాళ్ళు గలిగి యాతని వంశమైనను నిలిచినచో బాగుండునేయని తలంచుచు కొంతంతయాసతో నుండిన ప్రకాశమున కీ మరణము మిక్కిలి బాధాకారమయ్యెను. అందుచే నాతఁడు విఫలమనస్కుఁడై ' అయ్యో ! పురుషప్రయత్నమే ప్రధానమని నేను వ్యామోహమునకు లోనై యిన్నాళ్లు తలంచితిని. దైవ మనుకూలింపని ప్రయత్న మేమియు మానవులకు సాధ్యముగాదుసుమీ. నావంశాభి

వృద్ధిగా నుండుటకు దైవమున కిచ్ఛలేదుగాఁబోలు. నిష్కారణముగ దైవమున కిచ్ఛయేల లేకుండును ? దానికి నాజన్మాంతర ప్రారబ్ధమేదియైన కారణమై యుండును. నేనేజన్మమున నెవ్వనివంశ క్షయము గావించితినో అది నాకిపుడు సంభవించియుండును. అట్లే యైనచో నేను దాని నిపుడు కోరుటయు తప్పేగదా. నావొక లెక్కయా? శ్రీరామాదిమహా రాజులవంశములు సైతము తారుమారై కొంత కాలము పిమ్మట నశించిపోలేదా? చంద్రవంశముగూడ నష్టమైనది ఇఁకనాయట్టి యల్పుని విషయము శాశ్వతముగ నుండునా ? దానికై ప్రయత్నించుటయు గగనకుసుమము వంటిదే. భగవంతుఁ డిచ్చినదానితో నేను తృప్తినొందఁజాలక పోయితిని. గుణశీలురగు కొమార్తెల నల్గుండ్రను నాకా పరమేశ్వరుఁడు ప్రసాదింపలేదా? నేను వారిపై నిర్హేతుకముగ ననాదరణము సల్పుట నాలోపమేగదా. పోనీ వారి నాదరింపకున్నను నాద్రవ్యముతో నాయిచ్చవచ్చినట్టుల ధర్మకార్యములనైన జేసి పేరు సంపాదించలేకపోయితిని. మీఁదు మిక్కిలి యప్రతిష్ఠకు లోనైతిని. భగవంతుఁడు ద్రవ్యము ధనవంతుల కిచ్చినది సుఖముగా తమకు గావలసినంత యనుభవించి, మిగిలినదైనను ఆపన్నులగు నిరుపేదలకిచ్చి వారిని పోషించుటకే గాని వేరుగాదు. భరతా ! నీవలన నాకెన్నియిక్కట్టులు వచ్చినవిరా! కన్నకూతుఁడ్రకైన నింత సమృద్ధిగా నిచ్చుకొనకపోతిని. పోనీ నీవైన సుఖపడితివా! నదియు సున్న. నేనా బ్రదికినన్నాళ్ళు చింతించుచు లోకమునను సుఖమునకు దూరుఁడనై ఉపహాస్యమందువాఁడనైతిని. ' యిట్లని చింతిం సాగెను.

భరతుఁడుచేసిన అప్పులకు భూముల గొన్నింటిని నమ్మివైవఁగా దినవారక్రియలకు చేసిన యప్పులకు మరికొంత భూమిని విక్రయింపవలసి వచ్చెను. కావలసిన బంధువులు రాకపోయినను విఠంతూ

ద్వాహము చేసుకున్న స్నేహితులందరు భరతుని కర్మలకు హాజరైరి. వారందరిని సముచితరీతిని సత్కరించి పంపుటకును, కర్మ కొరకుగాను తెచ్చిన రాగిచెంబులు, అంగవస్త్రముల క్రిందను సంభావనలక్రిందను విశేష ద్రవ్యము సెలవయ్యెను. అట్లు సెలవుజేసినగాని భరతునిపై భక్తియున్నట్లుగ లోకము భావింపదని తలపంబడెను. ఇది సాంప్రదాయకు వ్యామోహమని వేరుగ జెప్పనక్కరలేదు. అందుచే నావ్యయమున కమ్మిన భూమిపోగా నిక రాగలతికకు నాల్గు యకరములుమాత్రమే మిగిలెను. దానితో నామె తన కాలమును గడపుకొనసాగెను.

ఇప్పుడామెకు కావలసినంత విశ్రాంతి చేకూరెను. "నా" యను వారులేకపోయినను లతిక పూర్వము శ్యామలా పద్మావతులు చెప్పినట్లుగా పదిమంది బాలికలను, జేరదీసి వారి కుచితముగా విద్య నేర్పుచుండెను లతికకు కుట్టుపనియందును పేముపనియందును, అనమానమైన ప్రజ్ఞకలదు, కాని యిదివరకు దానిని చూపుట కెంతమాత్రము తీరిక యుండెడిదే కాదు. ఇప్పుడామె కుట్టుపనిలో నానారంగుల పూలతో ననేకచిత్రములు తయారు గావించుచు పేముతో చిన్న చిన్న కుర్చీల నల్లుచు, నా బాలికలకు తీరిక వేళలయందు నేర్పుచు వచ్చెను. కొలంది కాలములోనే వారిని గూడ తనవలె ప్రజ్ఞావతులుగా నొనర్చెను. మక్తాను వసూలుచేసుకొనుట మున్నగు కార్యములుండుటచేతను విజయవాడయందిట్టి అద్దెలు, మునిసిపలు పన్నులు మున్నగునవి భారమై సామాన్యజనుల కందుబాటులో లేనందునను లతిక తానిక పల్లెగా నుండవల్లి జేరుటయే మంచిదని తలపోయసాగెను. ఏలన పన్నులభారమునుగూర్చి చెప్పుకొన్నను వినువారే లేకుండిరి. క్రమముగా తన యజమానింటికి స్వస్తిజెప్పి తాను విద్యనేర్పిన బాలికలను వదలి యుండవల్లిజేరెను. అచటికి జేరినపిమ్మటగూడ లతికకు నేరు

విధమైనపని లేనందున కుట్టుపనులు పేముపనులు జేయుచు కొన్నిటి-నమ్ముచు మరికొన్నిటి పంచయిస్త్రీ కిచ్చుచు నా గ్రామములో కొంత కలుపుబడిని స్నేహము సంపాదించెను.

ప్రకాశముగారి సంగతులు తెలియుచునే యుండెను. భర్తను జెరుచుటకు లతికయే కారణమని మొదట నామెపై యాతడు కినుకవహించియే యుండెను గాని లతిక వచ్చినదాది నామె సంగతులు చూచి వెళ్ళినవారు చెప్పుటవిని లతిక మంచిసుస్వభావయని తెలిసుకొనెను. అంతటినుండి లతికపై కోపము మాత్రము వదలివైచెను. కాని ప్రకాశమునకు లతిక ప్రస్తావము వచ్చినపుడెల్లను గతమంతయు జ్ఞప్తికివచ్చి లోలోన పశ్చాత్తాపపడువాడు. ఈవిషయము గ్రహించి ప్రక్కవారా ప్రస్తావమును కట్టిపెట్టుచుండువారు.

ఇట్లుండగా నొకనాడు లతిక యొక చిన్నిపేము పళ్ళెరమును దానినిండుగ గొన్ని ఫలపుష్పములను కుట్టుపనితో జేసిన యొక చిత్రమును ప్రకాశముగారికి కానుకగాపంపెను. తలవనితలంపుగా వచ్చిన యీకానుక త్రిప్పివేయవలయునా స్వీకరింపవలయునా యని ప్రకాశ మాలోచింప దొడగెను. ఇంతలో కమలా శాంతల కుమాళ్ళిద్దరొక్కపెట్టున వచ్చి యాపండ్లను లాగుకొనిపోయిరి. ఇక ప్రకాశమేమి చేయును? తక్కినవన్నిటినిగూడ స్వీకరించి వచ్చినసేవకుని బంపివైచెను.

వోట్లకొరకు ప్రచారముచేయు దినములలోనిమాటలు కొన్నాళ్ళప్పుడే మఱచిపోవుచుండిరి. ఛైర్మనువంటివాడీ సామాన్యులకు దర్శన మీయగలడా. వారెప్పుడు మంత్రులతోను, కలెక్టర్లతోను కాలక్షేపములు చేయుచుండును. అందుచే నామె ఇంతవరకును లతికను ప్రకాశముగారు చూడనేలేదు. లతికమాత్ర మప్పుడప్పుడు చాటున నుండి వీధులలోబోవునపుడు ప్రకాశముగారిని గుర్తించుచుండును. లతికకు గ్రమముగా మామగారి ముఖావలోకనము కలుగుచున్నకొల

దియు నాతనితోఁ జేరి సంభాషింపవలెనను కోర్కెగల్గుచుండెను. దానికై సమయము నిరీక్షించుచుండెను.

మఱియొకమారు లతిక ప్రకాశముగారి కేవియో వస్తువులు బహుమానముగా బంపెను. అప్పుడు ప్రకాశముగారు బలవంతము దీసికొని ఇకమీదట నేమాత్రము తనకొఱకై పంపవలదని చెప్పి పంపెను. ఒకనాడు ప్రకాశముగారికి జబ్బుచేసి జ్వరముదగిలెను. అది రెండుమూడు దినములవరకు నుండెను. ఇదేసమయమని లతిక యొక చెలికత్తెను దోడ్కొని యాయనను చూడబోయెను. కమలా శాంతలిదివరకే లతికనుజూచి పల్కరించియుండిరి. అందుచే వారామెను వచ్చినదే తడవుగ పల్కరించిరి. ప్రకాశముగారు మంచములో బరుండి యాయాసపడుచు వారి మాటలసందడిని విని 'కమలా! ఆవచ్చినదెవరు?' అని ప్రశ్నించెను. కమల లతికను జూచుచు "రాగలతిక! మిమ్ములను చూడవచ్చినది. మీరు జబ్బుగానున్నారని యెవరో చెప్పినారట. పాపమందులకని యావీధినుండి యిక్కడికి వచ్చినది" అనెను.

రాగలతిక తనను జూడవచ్చినదని విన్నంతనే ప్రకాశమునకొక విధమగు ననురాగముగల్గెను. 'దగ్గఱకు రమ్మనుము' అని మఱల ప్రకాశము కమలతోఁ బల్కెను. కమల యంతట రాగలతికను, చెలికత్తెను మంచముకడకు గొనివచ్చెను. లతిక యవనతవదనయై నిలుచుండి 'జ్వరము తగ్గినదా?' యని ప్రకాశముగారిని ప్రశ్నించెను.

ప్రకాశముగారు లతికనుజూచి యామె సౌకుమార్యమున కాశ్చర్యపరవశుడై యామె ప్రశ్నించినదానికి సమాధానముగ "జ్వరము నన్నేమిచేయును? ఇక నేమిజేసినను నాకు లెక్కలేదు. కావలసినదంతయు నిదివరకే యైనదికదా. ఇక యీపాడుజీవముండి యెవరిని యుద్ధరించగలదు? ఈవేళ కొంచెము తగ్గినది. రేపటికదియేపోవును కాని నాకుమాత్ర మష్టైశ్వర్యము నచ్చునట్టులలేదు" అనెను.

లతిక దానినందుకొని అట్లనకును. మీకు చెప్పునంతటిదానను గాను కాని మామగారూ! మీకేకొదువయు లేదు. మీకాల మెట్లయినను బాగుగనే వెళ్ళిపోవును. మంచి పేరుప్రతిష్టలు మీకు లోకములో కల్గినవి కదా! ఇక కలిమిలేములు కావటికుండలవంటివి. కావున మీరు చింతించరాదు. ఈగ్రామములో మీకన్న పెద్దపేరుగలవా రెవ్వరున్నారు చెప్పుడు? ఇది ముఖస్తుతిగా ననుచున్నమాటగాదు'' అని పల్కెను.

ప్రకాశమా మాటలకు మిక్కిలి హర్షించెను. గాని పైకిమాత్రము "ఏమిప్రతిష్టలులే! ఇప్పుడు కలిమిలేముల కేడ్చుటలేదమ్మా! నావల్ల నీపిల్లలకు కష్టము కలుగుచున్నదిగదా? అందులకని యనుచున్నాను'' అనెను.

"పెంచినపిల్లలు తల్లిదండ్రులకు జేయనివో మరెవ్వరికిజేతురు?'' అని లతిక ప్రశ్నపూర్వకమైన సమాధాన మొసంగెను.

ఇట్లు కొంతసేపు సంభాషణ జరిగినపిమ్మట రాగలతిక ప్రకాశముగారివద్ద శలవుతీసుకొని వెడలిపోయెను. ప్రకాశముగారి జ్వరము నెమ్మదించెను సంభాషణనుబట్టి లతిక తెలివితేటలుంగల పిల్లయేయనియు వితంతువును, అన్యకులసంజాతయు గానిచో తనకోడలనుకొనుట కేమియు సంకోచము లేదనియు ప్రకాశముగారి మనస్సున స్ఫురింపక పోలేదు.

రాగలతిక గాత్రము మనోహరమైనది. ఆమె యప్పుడప్పుడు పియానాపైని పాడుచుండెను. ఆపాటను వినుటకై వీధివారందరు జేరుచుండిరి. ఒకనాడు ప్రకాశము వీధిలోనికి బోవుచుండగా నాపాట వీనుల విందుగా వినబడెను. ఆపాడెడిది తనకోడలే యని విన్నపుడాతడొక విధమగు హాసమునకు లోనయ్యెను.

రాగలతిక క్రమముగా తీరికవేళలయందు ప్రకాశముగారి యింటి కేగి కమలతో ప్రొద్దుపుచ్చుచుండెను. దానికి ప్రకాశమడ్డుపెట్టలేదు, 'ఆశ్చర్యమైనను సాగిపోయిన బాలుగనుండెడిదే' యని ప్రకాశమప్పు డప్పు డూహించువాడు. మరల "అయ్యో! నేనెంత పొరబడు చున్నాను. ఎంతనోచితినో యంతఫలమే గల్గును గాని కొండంతకోరు దునో అంతవచ్చునా? నాపేరు సాగకపోవుటకు దైవనిర్ణయమై యున్నది. అంతకునేనితరము గోరరాదు" అని తలచుచుండెను.

లతికకొకప్రక్క శకుంతలయు, మరియొకప్రక్క కమలాశాంతలు చెల్లెలులైరి. శకుంతలనుజూచి లతికయు పూజాపునస్కారము లారంభించెను. ఆమెనుజూచి కమలయు, కమలనుజూచి పొరుగూరున నున్నను వచ్చినప్పుడెల్లను చూచుచుండిన శాంతయు తులసిపూజానుష్ఠానము గావించుచు బ్రాహ్మణులకు తోచిన దానధర్మములిచ్చుచు, తీరిక కాలములో సద్గ్రంథములనుజదువుచు నుండిరి. లతిక శరణాలయమందు నున్నపుడనేక నవలారాజములను చదువుచుండెను గాని యిప్పుడవి ముట్టుటలేదు. ఏరామాయణమో, భాగవతభాగములో, యేభగవద్గీతాసారములో, మరేవేదాంతగ్రంథములో శ్రద్ధతో పఠించి, వానినే మననము జేయుచుండును. శకుంతలాసహవాసముచే నాయువతీమణులకందఱికిని సత్కార్యరచనాకౌశల్యమేర్పడి దానితో గ్రామమునగల నారీలోకమునకే జేరువచ్చెను. వారిని జూచి మునుపు జదువకున్నను గ్రామములో బాలికలందరు చదువ నారంభించిరి. కుట్టుపనిమున్నగు పనులందరును నేర్వసాగిరి. ఇట్లచ్చట బాలికలలో నొక నూతన తేజ ముదయించి ప్రసరింపనారంభించెను. సుగుణశీలురగు శకుంతలా లతిక లిద్దరిచే గ్రామమంతయు నెట్లు బాగుమారుచున్నదో చూచితిరా? ఇదికూడ దైవనిర్ణయమే.

ద్వాదశ ప్రకరణము.

(నూత్న భావోదయము.)

ప్రకాశముగారి కండ్లయెదుటనే లోకములో ననేక మార్పులు గల్గెను. ఆయన చిన్నతనములో బాలికలకు చదువు జెప్పించుట లేదు. బాలురుకూడ నుత్తమ విద్యాభ్యాసము జేయుటలేదు. వితంతూద్వాహములులేవు. బాల్యవివాహములు మెండు. కులాచారప్రవర్తనమే పరమావధి. ఎంతటిధీశాలియు, హీనకులుండైనచో, వాండాయంధకారమున బడి క్రుంగవలసినదేగాని పైకివచ్చుట కవకాశములేదు. ఆతని తెలివితేటలుప్రకాశించుటకు వేరొకలోకము సృజింపఁబడవలసి యుండెను. ధనవంతులు ఋణముదీయువారిపై చేయు సవారీలు హెచ్చుగానుండెను. వారు గిరిగీచి యందులో ఋణమిచ్చుపర్వతము నిలిచియుండుమన్న నుండితీరవలసినదే. పాపమా ఋణగ్రస్తులట్టిభయముతోనే సంచరించుచు తీర్పఁగలఋణమునే దీసుకొనుచు సంసారము జాగ్రతగా పోషించుకొనుచు వచ్చిరి. ఋణదాతలకిచ్చు చెల్లులకు బాకీలీరుమానము వరకును ఋణగ్రస్తులకు కొన్నిచోటులలో చెల్లువడ్డీలేదు. ఋణగ్రస్తుడు బాకీని తీర్పలేనపుడు దాతకోరినధరకే తనయాస్తిని విక్రయింపవలెను గాని గత్యంతరము లేదు. అయితే దాతలు సాధారణముగా ఋణస్థుల నొత్తిడి పరుపకుండిరి. ఇదిగాక యాకాలములో న్యాయమునకును, ధర్మమునకును, ప్రజలు విశేషము కట్టుబడిరి. కొంతకాలమువరకప్పుడు తాటాకులమీద పద్దులు వ్రాసినచో చలామణి యయ్యెడివి. దాని మీదసాక్షులు హాహాకారాలు. అట్టిన్నియోపద్దులు చెల్లిపోయెడివి. ఆ విశ్వాసమువేరు. ఆ దినములుగనుకనే భరతుడుగూడ బాకీల నన్నిటిని చెల్లించివైచెను. ఆభయభక్తులువేరు. ఇఁక ప్రకాశము చూచుచుండఁగనే బాలిక లుత్తమవిద్య నార్జింపమొదలిడిరి, వారికి సంసారకార్య

ములందఱ్నిఁటియందును స్వాతంత్ర్యము హెచ్చెను. వారినమ్మతిపైననే పరనిశ్చయము గావింపఁబడుచుండెను. వితంతూద్వాహములు విచ్చలవిడిగా చెలరేగెను. వారినిప్పుడు బహిష్కరించువారే కానరాకున్నారు. ఒకవేళ నది విద్యమందువేళలనేమోగాని, భోజన ప్రతిభోజనములలో పరిపాటియైపోయెను. బాల్యవివాహములు చాలవరకుతగ్గి వధూవరు లన్యోన్యమైత్రి నాధారముగా జేసుకొనియే కరగ్రహణము గావించుచుండిరి. కులాచారములన్నియు క్రమముగా మాయమగుచుండెను. ధీశాలియగు వాఁడేకులజుఁడైననువారి కర్హస్థానము లభించుచుండెను. ముఖ్యముగ నిమ్నజాతులకే రాజకీయోద్యోగములు ప్రసాదింపఁబడుచుండెను. అందుచే నాయకోద్యోగధర్మమును బట్టిగూడ ప్రజ లట్టివారిని కొలువవలసివచ్చెను. దానికై పశ్చాత్తాపపడువారుకూడలేరు. ఇఁక ధనదాతల దర్జాలన్నియు పోయెను వారిపై ఋణగ్రస్తులుచూపు భయభక్తులుగూడ నశించెను వానికో బాకీ తెచ్చుకున్నఋణము తీర్చవలెనను పట్టుదల చాలవరకు నశించెను. ఋణగ్రస్తుఁడు బాకీ చె చ్చకాగానే కొంత యాస్తిని పరాధీనముచేయుట, బాకీనెగవేయుటకై యాలోచించుట మున్నగువిషయములు బయలుదేరెను. కర్మకాండలను నమ్మువారే లేకపోయిరి. ఒకవేళ చేయువారున్నను డాంబికమునకు మాత్రమేగాని భక్తితో జేయుకుండిరి. ఈతారుమారులన్నియు గాంచి కొలదిని ప్రకాశము తన పూర్వపుటభిప్రాయములన్నిఁటిని మార్చుకోవలసివచ్చెను కాలప్రవాహవేగమున కెవ్వరేమిచేయగలరు? అందువలన దేశకాలపాత్రములను ప్రతివాఁడును ప్రతికార్యమందును చక్కఁగ గుర్తెఱిఁగి యుండవలెను.

ప్రకాశ మిట్టిలోకముతో తాను విశేషసంబంధము గల్గించుకొననవో నయ్యది తనకు బాగుండనేరదని గ్రహించెను. అందుచే నాతిడింక నైహిక చింతను కట్టిపెట్టి నిశ్చలమైన వైరాగ్యము నవలంబిం

పరమునకై తలపోయసాగెను. ప్రతినిత్యమాతఁ డుదయముననే లేచి బాహ్యకర్మల ముగించి, స్నానమొనర్చి నిమీలితనేత్రుఁడై భగవద్ధ్యాన మొనర్చుచుండును. చాలసేపటివరకట్లు ధ్యానించుచు కమలవచ్చి భోజనమునకు పిలుచువరకు నదేరీతిగ నుండుచువచ్చెను. అతఁడిప్పుడు కేవల సాత్వికాహారమునే మితముగా భుజించుచు వచ్చెను. భోజనమై నంతనే మరల నాతఁడేదియో గ్రంథములదీసికొని యందుగల భగవత్స్తోత్రములే కరించుచుండును. కమలపిల్లలు మున్నగువారిప్పుడు దరిజేరుటకే వెరచుచుండిరి. క్రమముగా నాయనమనస్సులో నూత్నభావోదయ ముదయించెను. ప్రకాశము వానప్రస్థసన్యాసాశ్రమములు రెంటి నొకేకాలములో నడుపుచున్నట్లుగా నెల్లరికి గోచరించుచుండెను, ఒక నాఁడు రాగలతిక మాతులుని జూడవలెనని వచ్చి యాతని చర్యల న్నియు జూచి విస్మయపడెను. ఇప్పుడాతఁడొరులతో ముచ్చటించుటయే లేదు. అయినను ధైర్యముజేసుకొని యాతఁడు భోజనము ముగించి చదువు నారంభించులోపల మెల్లఁగా దగ్గఱకుజేరి పలుకరించుటకై "మామగారు బొత్తుగా పిల్లలనైన పలుకరించుటలేదు." అని పల్కెను.

ఆమాటలువిని ప్రకాశము కండ్లెత్తిచూచి "లతికా! నీవా! రమ్మ. అమ్మా! యిక నాకు పిల్లలుజల్లలు కావలెనా? నాకు కావలసిన తరణోపాయమేదియో దానికొఱకై వెదకుచున్నాను" అనెను.

అంతట లతిక "మామయ్యా' నేనొక్కప్రశ్నము నడిగెదను. మీరిప్పుడఖండజ్ఞాన సంపాదన గావించుచున్నారు గాన దానికి బదు లొసంగగలరని తలంచెదను. సంసారకూపములోబడి మునింగి పిల్లలు జెల్లలతోనుండు గృహస్థులకు పరమేశ్వరుఁడు పరము నొసంగఁడా?" డెను.

"ఎందుల యఁడమ్మా! గృహస్థు తాను లోకములో నున్న కట్టి కర్మజేయవలెనో దానినాచరించుచున్నచో నాతఁడు

తప్పక యిచ్చును. అది యాతని విధ్యుక్తము. కాని గృహస్థు సంసారము చేయుచున్నాననుగదా యని కావలసిన దైవ చింతనమును మరువరాదు. ఈ బంధుమిత్రపుత్రకళత్రాదులే నిత్యమని భావించి మాత్రము వానిచే మోసపోకూడదు, దీనికి దార్ఖాణముగా భాగవతములో శుకమహర్షి యేమి వచించెనో వింటివా?

ఉ॥ ఎక్కడి తల్లిదండ్రిసుతు లెక్కడివారు కళత్రబాంధవం|
బెక్కడి జీవుడెట్టితను వెట్టి

కావుననే నిప్పుడందరిపైనను వ్యామోహమును దీసివైచినాఁడను. ఇప్పుడు నన్ను కమల యిల్లు వెడలగొట్టినను నాకెట్టి కోపముగాని తాపముగాని లేదు. ఈయిల్లు యీశరీరము, గూడ నావికావు.' అని ప్రకాశము పల్కి తనగ్రంథపఠనము నారంభించెను.

రాగలతిక యచ్చటనుండి వెడలిపోయెను. ఆమె మనస్సులో మాతులుండు వచించిన పద్యమే శాశ్వతముగ నాటుకొనెను. స్వభావముగ నామె జ్ఞానవతి. చదువరి. అందుచే నామె యిక తన దినములు ప్రశాంతముగా నైకాంతికతో గడపవలెనని తలంచెను. దాని కనుకూలమైన ప్రదేశ మెయ్యది యాయని యాలోచింపసాగెను.

మంగళగిరి కొండయందు సాధుపుంగవులు చరించుటకై యొక బిలముండెను. అందులోజేరి యామె తన జీవితశేషమును తపమాచరింపవలెనని నిశ్చయించుకొనెను. తరువాత తనవారికెవ్వరికిని జెప్పకయే లతిక బయలువెడలిపోయి యాబిలములో ప్రవేశించెను. దినమున కొకమారామె యాహారమునకై బయటికివచ్చి యేవియో పండ్లు ఆకులు దిని మరల లోనికి బోవుచు మిగత వేళల దపమాచరింపసాగెను. ఆమె కిప్పుడు లోకముతో పనియే లేకపోయెను. కాని యాహారమునకై యామె బయటికి వచ్చినప్పుడు మాత్రము

కొందరు దైవభక్తు లామెను గొప్పయోగినిగా భావించి యామెకు పండ్లు ఫలాదు లర్పించుచుండిరి. ఆమె వలదనుచున్నను, వారు ప్రతి మాలి యొసంగుచుండిరి. రాగలతికయు వానిని దీసుకొని ముందు గా దేవుని కర్పించి, భుజించును. వచ్చిన భక్తుల సందియము లేమైన నున్నచో వానిని దీర్చుచు వారిని సంతోషపెట్టి పంపుచు వచ్చెను.

మంగళగిరి బిలములో నొక యోగి నివాసము జేయుచున్న దనియు, నామె గొప్ప తపస్వినియు మహాత్తు గలదనియు వదంతి బయలుదేరి యాంధ్రదేశమంతయు వ్యాపించెను. నానాప్రదేశముల నుండి భక్తులువచ్చి యామెనుచూచి సాష్టాంగ దండ ప్రణామము లొనర్చి యామె యాశీస్సులనంది పోవుచుండిరి. ఆమె యాశీర్వదించి నచో బిడ్డలు లేనివారికి బిడ్డలు కలుగుదురనియు, రోగులారోగ్యవంతు లయ్యెదరనియు జనులలో విశ్వాసము గల్గెను. ఈవిశ్వాసము వలన చాలమంది సౌఖ్యపడిరి. దీనికంతటికిని పరమేశ్వరుడే కారణము గాని తనలో నేమియు లేదని యాయోగిని విశ్వసించెను.

త్రయోదశ ప్రకరణము

(పర్యవసానము)

ఒకనాడు కమలాశాంతలు ప్రకాశముగారి యింటికడ నేదియో సంభాషణ జేయుచు కూర్చుండి యుండిరి. పిల్లలు వారివద్దనే యాట లాడుచుండిరి. ప్రకాశము తన నిర్ణీతమైన స్థలముననే ధ్యానయోగము నందుండెను. అప్పుడొక సేవకుడు వచ్చి ప్రకాశముగారిల్లిదియేనా ? యని ప్రశ్నించెను. కమల దాని "ఔను"నని సమాధానమిచ్చెను. అవు లేడు వారి కుమార్తెలు మీరేనా యని మరల నడిగెను. అవునని బదులు వచించినంతనే యావాడు వెనుకముందు దిరిగి చూచి

యొక యుత్తరమును, చిన్నపెట్టె నొకదాని నందిచ్చి ఈయుత్తరములో నన్నియు వ్రాయఁబడినవి. చూచుకొనుఁడు అని పలికి వెడలిపోయెను. ఆయుత్తరముపై ప్రకాశముగారి కుమారితలు చిరంజీవులగు కమలా శాంతలకని వ్రాయఁబడెను. ఆయిద్దరు వెంటనే యాయుత్తరము దీసి చదువుకొనిరి. అందిట్లుండెను.

మంగళగిరి బిలము.

'సోదరీమణులారా! మీరు నాకు పూర్వాశ్రమ బంధువులు. విశేషించి నెచ్చెలులు. నేను మిమ్ము వీడిపోవునప్పుడు చెప్పిరాలేదు. కారణము మీ యనుజ్ఞనొందుట దుస్తరమని తలంచుటయే. ఏయెండ కాగొడుగే పట్టవలెనుగదా. నాపూర్వాశ్రమములోని వస్తువులను మీకింమతో బంపితిని. అవి తిరస్కరింపకుఁడు. నాకిపుడు వీనితో బనిలేదు. మీయాశ్రమమున కవి యనుకూలించును. ఇదిగాక నాజీవన భృతి క్రిందనున్న నాలుగు యకరములభూమిని మీయుద్దఱు సమానముగా ననుభవించుటకై యొక నిర్ణయపత్రము వ్రాసి యిందుతో బంపితిని. అది యాభరణముల పెట్టెలో గలదు. దానిని భద్రపఱచుకొనుఁడు నన్ను మీరిఁక జూడరాకుఁడని కోరెదను. ఒకవేళ వచ్చినను, పూర్వాశ్రమ విషయములగు నాకు జ్ఞప్తికిదేకుఁడని కోరుదును. ఇదియే నాకడపటి విజ్ఞాపనము. మరొక్కటి గలదు. మీహృదయేశ్వరులకును మీజనకునికిని నావందనములు.

ఇట్లు
యోగిని,

చాలసేపటివరకా యుత్తరము వారి కర్థమేకాలేదు. ఎవరీ యోగినియని వారు తలంపసాగిరి. తుదకు పెట్టెదీసి నిర్ణయపత్రము జూడగా నందు 'రాగలతిక' యని వ్యావహారిక నామము వ్రాయఁబడియుండెను. రాగలతిక వైధవ్యదశ ననుభవించు దశలో సొమ్ములు

ధరింపలేదు. అందుచే కమలాశాంతలు వానిని చూడనైన లేదు. అవి చాల విలువగలవిగా నుండెను. మిక్కిలి రమణీయములై యుండెను. రాగలతిక తల్లిదండ్రులు ధనవంతులుగదా. అందుచే వారు నవరత్నములచే బొదుగఁబడిన దివ్యాభరణములను జేయించిరి. భరతుఁడుకూడ చేతిలో సొవున్నపుడు మరికొన్ని నగలను చేయించెను. వీని యన్నిఁటిపైనను రాగలతికా భరతులపేర్లు కానవయ్యెను. వీని నన్నిఁటిని జూచువరకు వారు మిక్కిలి యాశ్చర్యపడిరి. లతిక యంతటి ధనికురాలని వారెరుఁగరు.

ప్రకాశమున వార్త తోడనే తెలుపఁబడెను. లతిక యోగినియై నందులకాతఁ డత్యాశ్చర్యమునొందెను. ఎంతటిభోగినియో చివరకంతటి యోగినియై లతిక యున్నతస్థాన మలంకరించెనని యాతఁ డాహ్లాద పడెను. లతికబంపినవస్తువుల జూచి యాతఁడు విస్మయ పడెను. ' నావలెనే లతికకూడ సంవన్నరాలు. ఇరువుర మొక్కనావలోనే ప్రయాణముజేసి నానాశ్రమల పడితిమి. తుదకిరువుర మొక్కటే యొడ్డునకుగూడ జేరుటకై యనుకూల వాతావరణమును నిర్మించుకొంటిమి. పరమేశ్వరా! ఇఁక మమ్మొడ్డునకు జేర్చు భారము నీదియే '' యని ప్రకాశము మఱల తన ప్రార్థనలో మునిగి పోయెను.

రాజశేఖర మిప్పుడొక గ్రామపెద్ద. ఆయన తల్లిదండ్రులు గతించిరి. శకుంతల భర్తృసేవాపరాయణయై తనకాలమొకరీతిగ గడవ జొచ్చెను. ఆమె యిప్పుడు గ్రామములో పెద్ద ముత్తైదువ. ప్రతి శుభ కార్యమున కామె వచ్చినగాని గ్రామములోని స్త్రీలోకము పనులారంభింపరు. అందుచే విధిలేక యామెయు నట్టి సమయములలో బోవ దొడంగెను. శకుంతల జెప్పినట్టు లేశుభకార్య సమయములందుగాని పూజాపునస్కారములు జరుపబడుచుండును. రామలక్ష్మణుల జాడ తర్వాత దెలియకయేపోయెను. భరతుని నిర్యాణానంతరమిటు రాకపో

కలు తగ్గించిరి. అందుచే "ఎవరికివారే యమునాతీరే" యన్నట్ల
య్యెను. కమలాకాంతుఁడు ప్రకాశముగారిని వేయికండ్లతో కనిపెట్టి
యుండెను. అతఁడు విచారగ్రస్తుఁడుగా నున్నదినములలో కమలాకాం
తుఁనకు నిద్రయేలేదు. తనపిల్లలకన్న నాతని నెక్కువగా గనిపెట్టవలసి
యుండెను. శాంతయు నామెభర్తయు నప్పుడప్పుడు వచ్చిపోవుచు కమ
లతో నన్యోన్యమైత్రిగా నుండిరి. లతికయిచ్చిన యాభరణములతో
నిపుడు వారు భూషణభూషితులైరి. విద్యాభూషణము వారికి తోడయి
సంపూర్ణభూషితులనుటకు సావకాశమిచ్చెను

భరతుఁడుచనిపోయిన పిమ్మట ప్రకాశముగారికి భరణముగా
నొసంగఁబడిన యాస్థికిగూడ ప్రకాశముగారే వారసుఁడయ్యెను.
అందుచే నాభూమిప్రకాశముగారికే దురలచెందెను. దీనికొకవేళరాగ
లతిక యాక్షేపణ ముండునేమోయని తలంచుచున్న దినములలోనే రాగ
లతిక యోగినియైపోయి, తనయాస్థినంతయు కమలాకాంతలకిచ్చివేయుట
సంభవించెను. అందుచే నీకనట్టి సందియమున కేమియుతావుల్లే
కుండెను. భూమినిగూడ ప్రకాశముగారు కమలాకాంతలకు సమానము
గాపంచియిచ్చినది.

శాంతభర్తయగు రమాకాంతుఁడుక్రమముగా నూరురూపాయల
యుద్యోగియయ్యెను. ఈయుద్యోగములో మిగిలిన ద్రవ్యముతో
నాతఁడు మఱికొంత భూమినిగొనెను. ఆతఁడుశాంతయెడల మిక్కిలి
యనురాగముతో ప్రవర్తించుచువచ్చెను. అప్పుడప్పుడాతఁడు ప్రకాశ
ముగారిని చూచిపోవుచు నాతనికిమంచిమంచి ఫలాదులు తనమకాముల
లోసమకూర్చి పంపువాఁడు. శాంతలేమిడిలో బుట్టిపెరిగినను, స్త్రీలజ
న్మసన్నిగనే యదృష్టవతియై చక్కఁగాభర్తతో సంసారముచేయ
సాగెను. భర్తయుద్యోగియగుటచే నెప్పుడాయిల్లాలివద్దకొందఱుసేవకులు
హాగియర్పణములిచ్చుచు నిలబడుచుండిరి. ఐనను శాంతవారిచే జేయింగ

వలసిన పనులనుమాత్రమే వారికి జెప్పుచు, గృహకృత్యములలో తక్కినవన్నియు తానేజేసుకొనుచు నమ్రతగా మెలఁగుచువచ్చెను. ఆనమ్రతకాసేవకులుగూడ మిక్కిలికొనియాడుచు విధేయులై యుండిరి.

రమాకాంతుఁడు కమలాకాంతునికెప్పుడును కృతజ్ఞుఁడయియే యుండెను. తన వివాహమున కాతఁడు చేసిన సాయమాతనిజీవితములో మఱువరానిదని తలఁచెను. ఇదిఁగాక కమల తన చెల్లెలగు శాంతను కుమార్తెవలెనే పెంచెను. కమలాకాంతుఁడుగూడ శాంత తనకుమార్తెవలెనే చూచుచువచ్చెను. వారందఱు కలిసిమెలసి యుండి పరస్పరప్రేమానుబంధముతో ముడివైచుకొని తమదినములుహాయిగా గడపుకొనుచుండిరి. కమలకిద్దఱును శాంతకిద్దఱును పిల్లలుగలిగిరి. వారెప్పుడు ప్రకాశముగారియెదుట నాటలాడుచుండుట మన మెఱుఁగుదుముగదా.

రమాకాంతుని తోడియుద్యోగులు కొందఱుగలరు. వారందఱు రమాకాంతునియెడల మిక్కిలిగౌరవము జూపుచుందురు. దీనికి కారణమాతఁడుద్యోగ విషయమున మిక్కిలిశాంతమూర్తిగానుండి యెప్పుడును న్యాయమార్గానుసారిగా నుండుటయే. రమాకాంతుని సద్గుణములనువిని రైతులెందఱోవచ్చి వారివారికష్టసుఖములను జెప్పుకొని కావలసినపనులను జేయించుకొనువారు. రమాకాంతుని స్నేహితబృందములో శ్యామసుందరము, నీలకంఠమూర్తి యను వారిర్వురుగలరు. వారెవ్వరోగాదు. మనకమలాకాంతుని సోదరులే. వీరిని గుఱించి మనమింత వఱకును తలపోయనేలేదు. వారిని బెజవాడలోచదువుచుండఁగా వదలివేసితిమి. కానివారుశ్రద్ధగాచదువుచు కమలాకాంతుని తెలివితేటలవల్ల పట్టపరీక్షవరకును జదివింపఁబడి తుదకుదానియందునెగ్గిరి.

వారిద్దఱికిని కృష్ణామండలములోని కలెక్టరాఫీసునందుద్యోగములుఁలభించెను. రమాకాంతుని వలెనే వారిర్వురును తమయుద్యోగములను జాగరూకతతోనిర్వహించుచువచ్చిరి. పైయధికారులకు వారెల్లపు

డువినమ్రులై యుండిరి. రైతులయందుమిక్కిలి దయాళువులై సంచరించిరి. తక్కినయధికారులవలె వారొక్కకాసైనను పరద్రవ్యమును లంచముగా గ్రహించరైరి. మీదుమిక్కిలి గ్రామోద్యోగులుచేయు 'సప్లయి'లకుకూడ వారు సొమ్మునిచ్చివేయుచుండిరి. తమక్రింది తాబేదార్లకేమాత్రమొత్తిడియు గల్గింపకుండిరి. ఇట్లుండియు వారివారిపనులయందప్రమత్తులయియే చరించుచుండిరి, వారినడవడిక్రమముగా పై యుద్యోగులచే గుర్తింపఁబడెను. అందుచే కొలఁదికాలములోనేవారిర్వురును సబు మేజస్ట్రేటుహూదాలోనికివచ్చిరి. వారివద్దకువచ్చు తగవులలో న్యాయముచక్కఁగానిర్ధారణయగుచుండెను.

కమలాకాంతుని యెడల దమ్ములిర్వురును, కృతజ్ఞులై యుండిరి. వారుసంపాదించెడి ద్రవ్యములో సగపాలన్నగారికి బంపుచుండిరి, దానినాతఁ డుపయోగించుకొనక కుటుంబముక్రిందనిల్వజేసి భూములను కొనసాగెను. పదిసంవత్సరములలోవారు మఱల నిరువదియకరముల భూవసతిని కొనిరి, కమలాకాంతుఁడు తమ్ములవివాహములు జరిపి వారికి వేరువేరు గృహనిర్మాణములొనర్చెను. పిమ్మటవారుదమ యాస్తిని విభాగించుకొని సుఖముగా కాలక్షేపముజేయుచుండెను.

చతుర్దశ ప్రకరణము

సింహావలోకనము.

ప్రకాశముగారి యంత్యదినములన్నియు కమలయింటివద్దనే గడచిపోయెను. కమలయు, కమలాకాంతునియొక్కయు నిశ్చలప్రేమైక సేవనలతోనే యాతని జీవితముముగిసెను, ధనాఢ్యుఁడగు ప్రకాశముగారి యాస్తి యెల్లతారుమారైపోయినను, తుదకందులో పోయినదిపోను

www.ingramcontent.com/pod-product-compliance
Lightning Source LLC
LaVergne TN
LVHW080003230825
819400LV00036B/1225